Tập Nhạc
NGUYÊN BÍCH

Những sáng tác
được viết từ năm 1996 - 2021

" .....Đêm nay, thật buồn..
cháu lại tìm đến nhạc của Chú để hát.....
Cháu cảm ơn những bài nhạc của Chú,
lúc vui nhất cũng tìm đến để hát
và lúc buồn thật nhiều cũng tìm đến để hát
như một nỗi xoa dịu tâm hồn Cháu "

Nhã Uyên
Chicago 2/2021

Anh Sẽ Mãi Nhìn Em

Thơ Sóng Việt Đàm Giang
Nhạc Nguyên Bích

Slowrock
Em C♯dim A A F♯m Bm
Anh sẽ mãi mãi nhìn em, vì em đẹp tựa giọt nắng.
G D Em C♯dim A A7 D G
Anh sẽ mãi mãi nhìn em vì yêu em từ lần đầu gặp em.
D D G Em A A F♯m Bm
Anh sẽ mãi mãi nhìn em long lanh đôi mắt nhung huyền
G Em F♯m Bm G A7
rạng rỡ nụ cười hoa mới nở bên anh trong quán vắng chiều
D G D G Bm G A
nao. Khi xuân sang hoa nở, trong cơn mưa mùa hạ, dưới
F♯m G A7 D G Em
nắng vàng rực rỡ anh sẽ mãi mãi nhìn em. Khi mưa thu giăng hàng trong
F♯m G A A7 A7 D
ngày đông băng giá vẫn trong tay mặn nồng anh sẽ mãi mãi nhìn em
11/14/2018

Bài Thơ Cho Anh

ý thơ : Sương Mai
Nhạc : Nguyên Bích

Slow Rock
A C#m D A
Vì nhớ anh nên em viết, viết nên bài thơ gởi đến anh. Em
Bm C#m/G# E E7 A F#m
buồn vì nhung nhớ, anh có biết không anh. Ngày đi qua, lại một ngày qua sao anh không
C#m A Bm E7 A A7
đến cho em đợi chờ, sao hững hờ, để em giận nỗi nhớ anh. Bài thơ
F#m E D A C#m E
viết, viết riêng cho anh, viết bằng con tim, với cả tấm lòng, tấm lòng si mê. Tìm em
Bm A E C#m E7
nhé, dẫu chỉ trong thơ, dẫu chỉ một lần, một lần phù du. Lệ nào
A E D A C#m E
thấm ướt môi cô đơn ướt niềm tâm tư, cho thêm nỗi sầu, nỗi sầu vì anh. Đừng lặng
Bm A E E7 A
thinh cho mắt em buồn cho vai thêm gầy cho ướt mặn bờ môi. Viết riêng cho
E A C#m D E E7 A
anh, đến với em đi dẫu cho có muộn ứ màng, em vẫn đợi chờ anh.

Bài Thơ Dễ Thương

Phóng tác theo chương trình " Những khoảng
khắc khó quên " của Uyển Diễm, Radio Bolsa

Nguyên Bích

Slow
D DM7 G Em
Anh như một bài thơ, những câu thơ em đã thuộc từng dòng.
A A Em A
Em học thuộc từng câu để anh sống mãi trong em.
D DM7 G Em
Anh như một vì sao, ánh sao đêm soi sáng một vùng trời để
A C♯dim A7 D Bm
em đắm thân em vào dòng sông sáng mênh mông. Anh, nỗi nhớ mênh
G Em A D
mông, nhập vào hồn vào tim em thiết tha buồn.
Em C♯dim A A7
Em, em nhớ thương anh ngập ngừng lời tình yêu say

16 D F♯m Bm G Em6
đắm. Tình yêu này, nỗi nhớ này, anh đã trao cho
19 A A7 D D G
em vô tình như ánh sao đêm. Bài thơ dễ thương em
22 Em A Em C♯dim
yêu em học thuộc từng dòng. Vì sao sáng lung linh em
24 A7 D F♯m Bm
yêu em giữ mãi trong tim. Bài thơ sẽ mãi mãi dễ
26 A Em A D
thương, vì sao sẽ mãi mãi lung linh, đời
28 F♯m Em C♯dim A7
em cũng sẽ mãi mãi như bóng in trên dòng sông mênh
30 D G Gm D G Gm D
mang, em yêu bài thơ dễ thương, em yêu vì sao sáng lung linh

Bài Thơ Tím

Nhạc : Nguyên Bích
Lời : Khánh Trân

Slow
G
Bài thơ của anh theo bước chân
Bài thơ của anh theo giấc mơ
Am D C
em đi suốt cuộc đời, trên môi, trên
em, ru giấc tuyệt vời. Câu thơ của
D G D D7
tóc, trên ngực áo em, xuống đôi bàn tay ấm.
anh giăng sợi vấn vương kết nên ngàn thương nhớ.
G Am
Bài thơ của anh theo mãi bên em, khi vào lớp
Bài thơ của anh, mang đến tin yêu cho đời thêm
D C A
học, khi mộng mơ, khi buồn chán, làm ấm không
mộng cho nụ môi thêm hồng thắm làm mắt em

15
G D7 C G
gian, sưởi ấm tâm hồn em, và tim em.
trong, cùng với muôn vì sao ngời trong đêm.....
18
G Em C D
Đã có lúc em nghe con chim khuyên trên cành ngâm câu thơ trữ tình
Đã có lúc em nghe con tim rung nhịp tình nói câu yêu đến người
20
C Bm Am D
và em nghe thấy lời hoa Bông Giấy hỏi em về những giấc mơ.
và em nghe thấy thầm thì trong gió nhẹ êm vào những bến mơ.
22
G Em C D
Đã có lúc em đang trong cơn mơ bên bờ hồ thu thơ mộng,
Đã có lúc em mơ đem muôn câu ca lời tình trao cho người.
24
C Bm Bm7 D G
một làn mây tím tìm xuống bên em tặng em bài thơ của anh.
Một trời mây tía làm tím hồ gương nhuộm loang chiều mơ của em.
26
CODA
G C Cm G
Bài thơ của anh dệt cung đàn mơ, mùa tím... tình lên ngôi
Oct 8, 2014

Bâng khuâng

Ý thơ : Nguyễn Minh Đức
Nhạc : Nguyên Bích

Moderato
C Bm7-5 C Bm7-5
Người xưa ơi nay gặp lại đâu ngờ. Bao kỷ niệm làm xao xuyến con
C Am F Dm Bm7-5
tim. Thời gian qua bóng hình chìm dĩ vãng, mái tóc huyền nay đã đốm hoa
G7 C Bm7-5 C Bm7-5
sương. Người xưa nay dáng hình hài hao gầy. Vẫn còn lại vài dáng dấp thanh
....Thời gian ơi sao phủ mầu sắc buồn. Thân phận người tựa bóng nước mong
C Em Am G G G7
xuân. Nhiều hiu hắt làm se sắt đôi môi và ánh mắt nhìn sao thấy xa
manh. Mầu thời gian làm hoen nét thanh xuân để lại tôi niềm lưu luyến bâng
C C Em/B F
xăm. Còn đâu nữa nét xuân tình bứt rứt. Sóng dâng tràn
khuâng.
G G7 C C Em/B
lên bốn ngả liêu trai. Ngày nay đã hết những nồng nàn háo
F G G7 C
hức những năm dài vui phung phá mộng tương lai (thời gian)

Enjoy reading
Tranh Nguyễn Hữu Phước

Bắt Đền

Thơ Phạm Ngọc
Nhạc Nguyên Bích

Moderato
C Am Em
Bắt đền anh bắt đền anh cứ nắm tay làm tim
4 F C F Em
em đập rộn rã vơi đầy nhịp vui Bắt đền anh bắt đền anh những nụ
7 Am G G7 C
cười cho em được thấy một trời thân thương Bắt đền
10 F Em Dm G C
anh bắt đền anh cứ đòi hôn làm em mắc cỡ giữa đường phố đông Bắt đền
14 C F G G7 C
anh bắt đền anh bắt đền anh anh đem trải nắng mênh mông phía chiều

18
C Em F G Em F Dm
Bắt anh phải đền đền em câu nói yêu làm em đánh mất bao điều thơ
25
C C Em F G Em C
ngây Bắt anh phải đền đền em những nụ hôn để em ngơ ngẩn ngàn
32
G C C G F C Dm
sau phút này Lá la là la la là la la là lá bắt đền anh Bắt đền
39
Em G C C Am
anh đền anh bắt đền anh Bắt đền anh bắt đền anh cứ đứng
43
Em F C
gần bây giờ em nhớ mỗi lần xa anh Bắt đền
46
C F Dm G G7
anh bắt đền anh một bờ vai cho em nương tụa khi hay khóc
49
C CODA F Chậm lại Fm Gsus4 C
thầm Bắt đền anh bắt đền anh em bắt đền anh
1/12/2021

Bên Dòng Sông Kỷ Niệm

Viết theo câu chuyện kể của Huyền Thi

Nguyên Bích

Slow
Dm Faug/C♯ Gm A
Ngày ấy em thơ ngây viết đôi bài thơ tặng chàng. Ngày
Gm Gm6/E B♭ A Gm Gm6
ấy anh hay khen những vần thơ em viết. Từ đó, em si mê con tim
Gdim7 Dm Gm A7 Dm
non khao khát một lời, mà anh yêu say đắm nhưng ngại ngùng, lỡ làng.
D Bm Em G Em Edim A
Nếu dòng nước này trôi trôi về tới bên anh, thì
D Em A Bm
anh ơi em thiết tha gửi tâm tư đang dâng trào cùng
G A D A7 D Em
bao nhiêu xôn xao mong chờ vì thương nhớ, ớ ơ anh, một mai đây khi ta tương phùng thì
A Bm G A7 D
anh ơi em tin rằng cả đôi ta thôi không còn xa cách nhau
3/19/2017

Buồn Tôi

Thơ : Phạm Thế Trường
Nhạc : Nguyên Bích

Slow
Am C Am
Buồn tôi, lá rụng sân ngoài. Hoàng
Dm Am E
hôn hấp hối tàn phai. Buồn tôi, gác trọ đêm
F E E7 Am
dài. Giòng sông thầm lặng hắt hiu. Buồn
A F♯m Bm
tôi những giọt mưa sa, tình xưa mộng cũ cũng là trắng
A E E
tay. Buồn tôi mây trắng bay bay, đành ôm kỷ
E E7 Am
niệm tháng ngày nhớ nhau.

Cảm Ơn Anh

Thơ Hoàng Hoa Vũ
Nhạc Nguyên Bích

Slow
D A D
Cảm ơn anh vì anh đã yêu em. Cảm ơn
4 G Em D G
anh vì nụ cười âu yếm anh trao Cảm ơn anh đã cho em vòng
7 D F♯m Em A A7
tay đã cho em cả con tim để em vui một đời sống êm đềm Cám ơn
10 D A D G D
anh tình yêu thủa thanh xuân vẫn không phai dù tóc đã bạc mầu Cám ơn
14 G F♯m D G Em A A7
anh dắt em qua cơn sóng giữ em đừng vấp ngã giữa cuộc đời đầy mưa gió bão

17 D G G6 D
giông Cám ơn anh đã đem em đến bến bờ cho thuyền
20 G Em A G G6 D
em neo lại giữa tình thơ Cám ơn anh đã cho em hết tình anh niềm yêu
24 A A7 D D A
thương của ngày tháng mộng mơ Xin cảm ơn một tình yêu đằm
27 D G F♯m D
thắm của ngày tháng mặn nồng bên nhau Để ngày
30 G G D A A6 D
mai khi em về với cát bụi tạ ơn Trời đã cho em có anh
11/26/2020

Cây Đàn Năm Xưa

Nguyên Bích

Slow
Dm
Dm/A
Chiều nay trong bóng hoàng hôn tôi chợt nhìn
Em7-5/G A7 Dm Gm Em7-5
4
thấy cây đàn năm nào cô đơn đứng nép nơi góc tường cây đàn buồn
A7 Dm Dm Em7-5/G
8
bã khoác mầu thê lương. Bâng khuâng ôm lấy cây đàn dạo đôi nốt
A Em7-5 A Gm Em7-5
12
nhạc hỏi thăm cây đàn đàn vang những tiếng rộn ràng như mừng như
A7 D Nhanh hơn D D7
16
tủi trong vòng tay ôm Nhớ ngày xưa ta mới gặp

19
G Em7 A7 F♯7sus4
nhau anh cùng em ca hát ngày đêm khi thật vui khi sầu
23
Bm E G A F♯m Em7 A7 D
Add lib....
To di Tempo
lắng tiếng đàn vang vọng theo nỗi niềm rung động trong tim anh Từ
26
Dm Dm/A Gm Em7-5 A
ngày anh có cây đàn mới em nằm yên nơi đây ngậm ngùi hằng
29
Dm Gm A7 Dm
ngày nghe tiếng anh đàn hát nghe cõi lòng tê tái nghẹn ngào rồi một
31
A7 G A A7 D
chiều anh cầm đàn lên xem em được hồi sinh trong vòng tay anh. Đàn
34
D G Em7 A7 D
ơi, đàn nằm trong tim tôi, Đàn ơi đàn sưởi ấm những đêm gầy nhớ thương
04/07/2018

Chết Đi Anh

Thơ : Minh Đức Hoài Trinh
Nhạc : Nguyên Bích

Chậm buồn, ray rứt
Chết đi anh cho em được ngồi bên nấm mồ. Cho nước mắt
hồng chẩy thấm xuống thịt xương. Xin hãy chết đi trong một chiều bão
tố cho suốt đời vũ trụ khoác thê lương. Chết đi
anh cho em được gần anh suốt đời. Mỗi chiều về lại đốt nén hương
xanh. Nghĩa trang hoang vu tím hoàng hôn lạnh lẽo. Em sẽ gục
đầu và sẽ gọi tên anh. Anh biết không anh, mối tình mình tha thiết

19
quá. Anh biết không anh, thói đời hay ghét kẻ yêu nhau. Anh biết không
22
anh có khi nào yêu chẳng gian nan. Xã hội điên cuồng, nhân loại ngập thương
25
đau. Anh chết đi để mình gặp lại nơi suối vàng. Trong giấc
28
mơ, anh sẽ đến tìm em. Em sẽ ôm anh muôn đời và mãi
31
mãi trong vòng tay nóng ấm của em đây. Khi anh chết
34
đi em sẽ là mầu trinh bạch nếp khăn tang buộc mớ tóc mong
37
manh. Ta sẽ yêu nhau, yêu nhau hoài trong hoang vắng. Tình chúng
40
mình sẽ được vẽ lên tranh.

Chỉ Là Mơ Thôi

Thơ Mỹ Ngọc
Nhạc Nguyên Bích

Slow Rock
Em Em7
Đừng nhắc chuyện ngày mai, tương lai là giây phút
3 F♯m D Em A
này. Đừng nhắc chuyện ngày mai, mai này ta đã xa
5 F♯m D Em G
nhau. Đừng nhắc chuyện ngày mai, ôm nhau thêm một
7 F♯m Gm D A7 D Dm
Chậm lại
lần, ôm nhau thêm một lần nữa, chớ để lạnh bờ môi Mai anh đi
10 Dm Edim A Dm Gm C
rồi em lang thang một mình quán cà phê góc phố, ghế lạnh, hồn hoang
13 A Dm Gm Gm7 F B♭
vu Bâng khuâng em về, con đường dài thân quen, ngỡ mình đang sánh

16 Gm A A7 Dm D
Reg tempo
bước, giật mình thấy mình lẻ bóng đơn côi. Đừng nhắc chuyện ngày
18 Em G F#m Bm
mai, anh ơi anh đâu rồi. Đừng nhắc chuyện ngày
20 Em A F#m D
mai, ngỡ ngàng như một giấc mơ. Đừng nhắc chuyện ngày
22 Em G B♭ Gm D
mai, ta bên nhau mãi mãi, ta bên nhau mãi mãi
25 Em G C#m A7 D
nhưng mơ vẫn chỉ là, mơ vẫn là mơ
Jan 27,2004

Chia Tay

Thơ : Phạm Ngọc
Nhạc : Nguyên Bích

Slow
Dm F+/C♯ A7/C♯ Dm
Chia tay nhau quay về bao ngậm ngùi dâng kín hồn. Những con
4
Gm A F Gm Gm7
đường trở lại quá xa xôi. Tim cô đơn băng giá trong nắng
7
B♭ Dm Gm Gm7 A7
chiều hấp hối, có bao giờ em biết nỗi đau tôi. Khi chia
10
Dm F+/C♯ A7/C♯ Dm Gm A7/G
ly mắt nhìn nhau ngỡ ngàng đau thắt lòng. Những ngại ngùng ngược dòng máu lanh
13
F B♭ Gm A
quanh. Nụ cười em sao bỗng dưng xa lạ quá a á theo bóng

16 A7 Dm Dm B♭ A Dm
chiều lặng lẽ qua nhanh. Thôi, quay về, trú ngụ với cô đơn.
20 Edim Edim7 F
ở một nơi thiên đường tôi chết đuối nỗi nhớ thương
23 A A7/G Dm Gm B♭ A7
em ướt nhòa trong bóng đêm lạnh buồn, ôi tình yêu xa quá tầm tay.
27 Dm F+/C♯ C♯m6 Dm
Trong, giấc ngủ, trăn trở lúc đêm khua, ngoài trời
30 Edim Edim7 F Gm6 A B♭
đêm gió lộng như rên xiết hương tóc em vương đầy trên nhịp thở ngập
33 Dm A A7 Dm
ngừng, bàn tay tôi không giữ được nỗi buồn.

Jun 4, 2002

Chiều Quê Hương

Thơ : Trường Đinh
Nhạc : Nguyên Bích

Boston
Am Bm7-5 Dm
Chiều quê hương có nắng hây hây, có mưa bay mờ lên tà
hương, trong thoáng xa xôi, cánh hoa phượng buồn rơi vào
5 C Dm E7 Am
áo theo gió lả lơi cho mắt em ướt nhánh thu gầy.
gió ai tiếc ngẩn ngơ tà áo dần xa khóc âm thầm.
9 E7 Am Bm7-5 C
Chiều quê hương con nước phù sa, có giòng sông trôi về biển
Chiều quê hương anh sẽ về thăm đứng ngẩn ngơ trên đường lạnh
13 E Dm E Bm7-5 E7
nhớ nghe sáo diều réo rắt, ước mơ nào theo gió thiết
vắng vấn vương nhìn dĩ vãng, mắt rưng sầu nỗi nhớ tiếc
17 Am Fine Am Dm E
tha..
thương.
Thơ ngây ấm êm kỷ niệm. Mơ vương gom gió ngất
21 C Bdim E7 Am Dm
ngây, ngón tay em dìu dắt tháng ngày. Buông rơi, nhớ thương ngập hồn. Môi
26 E C E7 Am
Sep 12, 2003
thơm e ấp nắng tơ gió ru êm chìm xuống bóng mờ. Chiều quê

Thiếu nữ
Tranh Đinh Cường

Cho Bé Của Anh

Thơ : Mùi Quý Bồng
Nhạc : Nguyên Bích

Andante
F Dm7 B♭ C7
Sợi nắng tơ vàng lững lờ xuyên qua lá xanh và
4
Gm/B♭ Edim F C7 F Dm7
lén lên đậu cánh vai mềm. Rồi rất tinh nghịch hôn
7
B♭ C7 Gm Edim C7
nhẹ lên đôi bờ má, làm bé của anh chợt ngẩn say. Cặp
10
F Dm7 B♭ C7 Gm/B♭ Edim
mắt nai vàng bỗng làm như xanh biếc thêm, và mái mi cong khép
13
B♭ F F Dm7 B♭ C7
nhẹ êm đềm. Làm thắm môi hồng nụ cười càng thêm say đắm, và

16 Gm/B♭ G7 B♭ F Dm Gm
mái tóc huyền ngợp hương thơm. Anh ngẩn ngơ như
20 B♭ F Dm Gm
chú bé con lần đầu tiên nếm
24 B♭ F Dm Am
trái đào ngon. Hồn thơ vương ngây
28 B♭ C7 Gm C C7
ngất đắm say, tim đập dồn rộn rã nhịp yêu
33 F C7 F Dm7 B♭ C7
đương. Rạng rỡ anh vội mở rộng vòng tay khát khao. Gộp
36 Gm/B♭ Edim Edim7 C7 F Dm7
nắng vun thành bụi phấn tơ hồng, rồi rắc lên từng nụ
39 B♭ C7 Gm C C7 F
hồng vườn hoa ân ái và kết lên thành chiếc vòng thay nhẫn đính hôn.

Chơi Tóc

Nhạc Nguyên Bích
Thơ Cao Nguyên

Slow
D Bm G F♯m
Em lại chơi tóc, cho lòng anh thêm rối.
G Bm A A7 D
Thương mấy ngón tay, thương làn tóc và thương luôn nàng.
Bm G C♯m D G
Em lại vuốt tóc cho lòng anh càng thêm rối. Thương ngón tay
F♯m C♯m A7 D Dm B♭
ngà, thương làn tóc ngắnbờ vai thon mềm Hãy quay mặt lại hướng
A Gm Gdim A Dm B♭ Gm
này, một lần thôi em, một lần thôi em. Hãy quay mặt lại nhìn
A Edim A C♯m A7
anh Rall. một lần vương mái tóc một lần nâng mái tóc
D A G F♯m Em A7 D
Chớ để chiều nay dài ngắn dài ngắn ở đôi vai.
Oct 24, 2018

Chớm Yêu

Thơ : Thanh An
Nhạc : Nguyên Bích

Thiết tha
Em như làn gió, gió nhẹ chiều nay
làm mát lòng anh cho hồn ngất ngây. Hương của tình yêu thắm
thiết như thầm nhắc nhở rằng em sẽ không bao giờ đổi thay.
Anh xa em càng nhớ đến em. Anh gần em càng đắm say thêm.
Mùa mưa năm ngoái duyên tình mình gặp gỡ, anh ngỏ tình yêu hay em nói yêu anh đầu
tiên? Tình yêu nồng cháy từ ngày ấy dẫu chút buồn vương lần em
khóc và buồn hơn khi ta cách xa nhau. Tình yêu mê đắm chẳng kể thời gian, nhiều khi giận
dỗi càng say đắm, này em ơi anh mãi yêu em, thề sống bên em.
May 2, 2000

Chưa Một Lần Yêu

Thơ : Trường Đinh
Nhạc : Nguyên Bích

Slow
Dm Gm B♭ A C F
Em chưa một lần yêu, sao bước chân đợi chờ tương tư ngàn ý thơ sao tim
4
A A7 Dm Gm B♭ A
gầy ngây dại. Em chưa một lần yêu, sao bóng ai mơ mộng
7
C F A7 D D Bm
sao ước vọng đầy vơi bao lần thương sầu thương. Em chưa một lần yêu, chưa một lần
10
G D C Bm Bm7 A A7 D
yêu sao thơ thẫn chờ mong sao thổn thức cõi lòng gió dìu êm nét mộng bao sóng triều đại dương.
13
D Bm G D
Em chưa một lần yêu, chưa một lần yêu sao lệ ướt mưa ngâu.
15
G D A7 D Dm Gm
Em chưa biết nụ hôn đầu sao thao thức đêm dài mắt nồng cay ngại ngùng. Em chưa một lần yêu,
18
Em7-5 Dm B♭ A A7 Dm
sao bâng khuâng tuổi đời tháng ngày buồn hao gầy trong mộng mơ.
Apr 1, 2003

Chút Nắng Muộn Về Giữa Hoàng Hôn

Nhạc : Nguyên Bích
Thơ : Hồng Trâm

Chiều xuống lênh đênh buồn. Biển sóng mênh mông tình Gửi
gió theo mây chiều bao yêu thương với kẻ ngóng trông Từ cõi hư không tìm mộng
ái ân nồng nàn người đã trao đêm huyền thoại men yêu đương còn ngây ngất cơn say
Yêu, tôi yêu, yêu anh yêu người trong mộng. Mong, thầm mong, bên
người hạnh phúc ngất ngây Biết tình mong manh tình mình mong manh như sương khói
Vẫn biết yêu là thế yêu là biển nhớ trăm năm. Yêu, tôi yêu người tôi
yêu bến bờ cách trở Yêu, cuộc tình đây cuộc tình gầy một giấc phù du.
Tôi muốn được yêu anh được yêu anh thêm một lần nữa. Chút nắng muộn nắng muộn về giữa hoàng hôn
8/26/2017

Chuyện Tình Trương Ái Minh

Thơ : Phạm Thế Trường
Nhạc : Nguyên Bích

Slow waltz
C Am Dm F
Anh không là thi sĩ, yêu em anh làm thơ.
5 Dm G G Em7
Ngơ ngẩn ngồi cắn bút hồn thơ bỗng chốc tuôn trào.
9 C Am Dm F Dm
Anh mơ làm văn sĩ yêu em qua từng trang. Tơ lòng say ngây
14 G G7 C Em
ngất thành bao truyện ngắn truyện dài. Anh chỉ là người
18 Am Em7 F Dm
tình, người tình muôn thủa của em xinh. Thơ anh làm thật
22 Bdim E7 Am
nhiều văn thật tình cờ để ghi dấu vết chuyện chúng mình.

Công chúa Mỵ Châu
Tranh sơn mài Nguyễn Hữu Phước

Chuyện Tôi Với Nàng

Nguyên Bích

Slow
D G
Hãy nhìn vào mắt anh, em sẽ thấy bóng em đang
A A7 C♯m Em D D
cười. Hãy nhìn vào môi anh, em sẽ thấy lời nói yêu em. Hảy nhìn vào tay
G Em D Bm
anh em sẽ thấy anh so dây đàn, anh sẽ hát khúc ca nồng
G A7 D D Bm
nàn khúc thì thầm yêu em Trong tim anh sắp ngay ngắn hàng tên
G A A7 D
em nơi ngăn trên anh thắp sáng ngọn lửa yêu thương ngăn cuối

14
Bm G A A7 A7
cùng anh khắc một chữ yêu quanh con tim anh sẽ viết hàng chữ "trọn
17
D D A A7 D Bm
đời" Anh có một giấc mơ mà anh nhớ ta đi trên đường gió thổi tà áo
20
G A D
em bay sang cuốn lấy chân anh Gió như muốn thầm
22
G Em F♯m Bm
nhắc Hãy bước bên nhau suốt đời hãy đi sát bên nhau một
24
G A7 D
đời Hãy tựa vào nhau trọn đời
8/6/2020

Con Đường Ta Đã Đi Qua

Thơ : Thái Thụy Vi
Nhạc : Nguyên Bích

Chậm, hờn trách
Dm Bb F F6
Con đường anh đưa em qua đó, xin anh đừng dắt người ta cùng
A Edim Gm Gm6
về. Bên đường còn cỏ cây hoa lá làm nhân chứng những hẹn thề năm
A Dm Gm Gm6
xưa. Đừng quên những buổi chiều đón đưa, ngày mà hai đứa mới vừa biết
A Gm A A7 D
yêu. Làm sao quên những đường chiều, dìu nhau bước nhỏ cho dài vấn vương.
D F#m Em A G A7 D
Nếu anh còn nhớ mối tình xưa, về qua lối cũ sẽ thấy hương yêu ngày nào. Riêng
F#m7(b5) Bm Em A7 A7 D
em ôm ấp lỡ làng ngàn thu tan tác tím một trời nẻo xưa.
Oct 7, 1998

Thiếu nữ áo xanh
Tranh Nguyên Khai

Cuộc Tình Phôi Pha

Nhạc : Nguyên Bích
Lời : Trường Đinh

Chậm buồn
Dm C Dm
Giọt nước mắt hoen sâu hồn thương đau. Bao
4
B♭ A Dm Gm C F Dm
đêm nhung nhớ dâng trào. Nhớ một đời, nhớ một người, một người hôm
8
A7 Dm C Dm B♭ A
nao. Ngàn nỗi nhớ lung linh đời xanh xao. Trong cô đơn tôi nỗi nhớ miệt
12
Dm Gm Dm A7
mài. Dĩ vãng chưa phai, vẫn cơn đau gầy. Cuộc tình còn tiếc nuối trên
15
Dm C F A
vai. Trong tôi còn lại nỗi niềm chưa phai. Mưa rơi thấm làn mi

19
A Dm C Gm A7
cay. Từng đêm thương tiếc cuộc tình, từng đêm gợi nhớ kỷ niệm ngày biệt
24
Dm Dm C Dm B♭ A
ly. Giọt nước mắt tương tư còn tuôn rơi. Hôm nao quyến luyến trao
28
Dm Gm C F Dm A7
3
thề. Mắt hẹn lời, môi trao mời, mộng đời mê say. Rồi năm
32
Dm C Dm B♭ A Dm
3
3
tháng trôi xa tình phôi pha. Bao đêm chơi vơi trăng úa hao gầy. Dĩ vãng xa
36
Gm Dm A7 Dm
3
3
3
3
xưa, vẫn giăng tơ sầu. Nụ cười buồn héo hắt trên môi. Giọt nươc mắt
39
Dm CODA B♭ A7 Dm
Rall....
3
3
nào giọt nước mắt nào cho nhau cuộc tình chia phôi.
Jun 15, 2003

Đà Lạt Kỷ Niệm

Nguyên Bích

Slow
D Em A F♯m
Đà Lạt ơi, dù cách xa đã nhiều năm mịt mờ, đồi núi kia đã trùng khơi nhạt
Bm Em F♯m D Em
nhoà, mà tôi vẫn nhớ Đà Lạt ngày ấy. Đà Lạt ơi, thành phố kia có còn xanh một
A F♯m Bm A7 D Dm
mầu, dòng suối kia có còn in chiều vàng hồ Xuân Hương có còn ánh bạc trong đêm. Đôi ta lang
Dm Em7(♭5) Dm B♭ Gm C
thang trên đường đầy những nắng vàng. Thông reo vi vu hoa vàng đón em từng
F A Asus4 B♭ Gm A
bước. Mờ mờ đồi thông nắng sớm, chiều tà hồi chuông giáo đường, ngạt

16 A Gm A Dm A
ngào mùi hoa ngan ngát Mi Mô Sa. Câu ca Uyên Phương khúc nhạc tình yêu nồng
19 Dm B♭ Gm C F
nàn. Lung linh không gian, tiếng đàn L'eau vie đầm ấm. Đường
22 A Edim Gm G° Dm Em7(♭5) Gm A7
chiều đồi thông suối mát, ầm ầm dòng thác đón mời, ngọt ngào kỷ niệm thân ái, một đời không
25 Dm D D C G Am
quên. Đà Lạt ơi, thành phố xanh sương mù che ngang đồi, triền dốc mơ, hoa đào giăng đường
28 B7 Em D A7 D C
về, chiều nao xuống phố, thông vàng trải lối. Đà Lạt ơi, thành phố mang bao hạnh phúc êm
31 G Bm7 B7 A7/G D
đềm, hạnh phúc tôi mang trọn trong kỷ niệm, Đà Lạt yêu dấu khúc nhạc tình yêu.
Aug 19,2016

Đam Mê

Nhạc và lời : Nguyên Bích

Slow
Am G Em Am
Một hôm, chợt thấy em với nụ cười nụ cười hồn nhiên. Làn
4 Am G Bdim E F Dm
môi mướt ánh hồng tươi mọng ướt thơ ngây. Hồn tôi, khi về, còn giữ
7 C E G F E7 Am
mãi hương thơm nụ cười. Chiều nay, thờ thẫn nhớ thương làn môi nụ cười. Người
10 Am G Em Am Am G
đâu chợt đến đây với nụ cười làm hồn ngẩn ngơ. Đời tôi hết thôi lặng yên, chợt
13 Dm E F Dm C E
qúa đam mê. Nhiều khi, quay cuồng chợt như thấy môi em nụ cười. Cuồng
16 G F E7 Am
si, bừng cháy với trao nụ hôn nồng nàn.. Nụ cười

19 A E E C#m
em làm hồn anh ngất ngây, nụ cười em làm tim anh rạo rực. Nụ cười
21 D A E D
em làm môi anh bốc cháy, bao nồng nàn, bao thơ mộng, bao mê
23 E7 A D Dm F
cuồng, với nụ cười em. Em cho anh đam mê. Em cho anh đam
26 A A E
mê. Nụ cười em làm hồn anh ngất ngây, nụ cười
28 Bm7 C#m D A
em làm tim anh rạo rực. Nụ cười em làm môi anh bốc cháy. Bao nồng
30 E D E7 D Dm A
nàn, bao thơ mộng, bao mê cuồng với nụ cười em
Peru. Mar 20, 2004

Đánh Rơi Linh Hồn

Nhạc và lời : Nguyên Bích

Nhanh, vui
F Dm
Hôm qua anh đi ngang nhà em anh
4 B♭ F Gm/D C
đánh rơi linh hồn trên ngưỡng cửa nhà em.
8 Gm Edim
Em ơi nếu em có nhặt được thì
11 Gm6/E F E♭ Cm
cho anh xin lại, còn như em muốn giữ thì
15 C7/G F F
xin cho anh theo cùng. Đêm qua anh đứng trước nhà
19 B♭ B♭M7 Gm C7 F
em nhìn qua khung cửa sổ tìm dáng em yêu.

24 Gm Edim
Em yêu, em đâu không thấy, chỉ
27 Gm6/E Dm C C7
thấy mỗi linh hồn anh đang lang thang ngơ ngác đi
31 F Dm Am C
tìm. Anh đánh rơi linh hồn nhờ em đi kiếm
35 F Dm 3 Gm Edim
lại nhờ em đem tới thả hồn vào lại tim
38 C7 F Dm B♭
anh. Em hãy ráng đi tìm kiếm giùm anh chiếc
41 C E♭ 3 Cm
hồn và nếu em tìm đâu không thấy thì
43 C Gm C7 F
hãy tìm ngay trong tim em xem hồn anh ở đâu.
Nov 1999

Dấu Chân Cọp Biển

Nhạc : Nguyên Bích
Thơ : Nguyễn Lê Minh

Slow Rock
C Em F G
Trên những ngõ quê rợp bóng tre tháng hạ.
3
C F Fm C
Trên những bờ đê ngọt hương lúa mùa thu.
5
C Em F Am
Trên những lối mòn rừng núi cao sương mù, đường ta
7
G G7 C
đi đôi khi sóng biển rạt rào. Đường ta
9
C F Dm
đi ta đi một vòng trời Quảng Trị. Từ Gio

11 G G7 C
Linh Mai Lộc ái Tử Hải Lăng. Đường ta
13 Am F Dm G G7
đi cơn lốc lớn đăng trình, bước hành quân đời Mũ Xanh Cọp
16 C C Em F
Biển. Đường ta đi mênh mông bát ngát, giọt mồ
19 G F C Am F
hôi đọng muối trắng trên môi. Người lính trẻ tựa ba lô ôm
22 Em Dm G7 C CODA
súng, nhìn hoàng hôn và chợt hát vu vơ. Đường hành
25 C F G Em
quân, đường ta đi, đời mũ xanh Cọp Biển, đường ta
28 F Fm C
đi, ta đi, ta đi
Jul 3, 2015

Dấu Chân Trên Cát

Thơ : Uyển Diễm
Nhạc : Nguyên Bích

Slow
Am G
Thơ thẩn một mình trên biển chiều
F Dm E
nay, em lặng ngắm dấu chân mình trên cát. Những cơn
Am C Dm Bm7-5
sóng cứ xô vào bờ, dấu chân cứ cứ phai mờ dần, theo sóng
Bm7-5 E7 C G
biển ra khơi. Sao cứ hững hờ không như biển anh
C G G7
ơi? Sao chẳng đưa em vào lòng như sóng biển dạt dào yêu
Em F G
đương. Anh có thấy dấu chân em theo anh và có
GM7 GM7 F E7
biết những nôn nóng đợi chờ, sao vô tình, sao vô tình với nồng nàn em

Am Am G F E
trao? Dù em đã biết lòng anh thăm thẳm tựa biển đêm và em cũng
Am G F E Dm
biết tình em như gieo vào biển vắng như kiếp dã tràng xe cát biển
Am F E E7
đông, như bước chân này theo mãi tình anh, theo mãi tình
Am Am G
anh. Thơ thẩn một mình trên biển chiều
F C E
nay em muốn hoá thân thành một giòng sông. Giòng sông trôi
F E Dm
mãi gom yêu vào lòng biển cả và em ao
Dm7 G7 C
ước hóa thân thành triền núi đá để sóng bạc
G F E7 Am
đấu, để sóng bạc đầu tung bọt phủ ngàn năm,
E E7 Am
để sóng bạc đầu tung bọt phủ ngàn năm.
Aug 31, 2008

Đêm Vô Định

Nhạc : Nguyên Bích
Thơ : Thanh An

Slow
G Bm Am6
Đêm vắng đèn khuya soi bóng lẻ. Nghe âm
4 D D7 G C6
thầm len lỏi đầy tâm tư. Bước chân ai như gió thoảng mơ
7 Am6 D7 G
hồ, đêm lạnh lẽo tan dần vào hư vô.
10 G Bm7 Am7 D7 F♯dim
Ta đợi gì đây giữa đêm vô định. Ta nhớ gì đây bóng đêm khôn
13 Bm D7 G Dm C
cùng. Ta tiễn cho hồn trôi, trôi giữa mênh mông đốt chết dạt
16 Am7 D7 G G Bm
dào đang xé nát tim côi. Đêm vắng tịch liêu ánh sao lu
19 Am6 D D7 G
vàng, chết mất rồi những ước vọng yêu đương. Bước chân
22 C6 Am7 D D7 G
ai lang thang đêm vô định, khoé môi cười héo úa nửa hồn đau.

Đôi Mắt Tuyệt Vời

Nhạc và lời: Nguyên Bích

1 C Boston Dm F Em
Em, hãy ngồi xuống đây để cho anh hát khúc ca nồng nàn.
5 Dm G7 F G7 C
Em, hãy cầm lấy tay anh để cho anh nói những lời yêu đương. Náy em, em có biết
10 Am Dm6/B C F G
chăng, anh đã say mê, mê đôi mắt huyền, nhìn anh, ánh mắt vô tư mà sao anh
15 Em G7 C C Em F
thấy chứa chan lời hẹn hò. Em, ôi đôi mắt em chứa chan niềm ngây thơ, ngỡ
20 C F Em F E7
ngàng. Từ mắt em, anh soi thấy bóng anh, anh soi thấy tim anh bừng cháy đam
25 Am Em F C
mê, ôi đôi mắt yêu kiều rất thơ và say đắm trinh nguyên. Hồn anh lãng
29 F Em G7 C
du vào đôi mắt em, muốn nói cùng em câu anh yêu em nồng nàn.

Em Đã Đi Như Đã Đến

Thơ : Vương Ngọc Long
Nhạc : Nguyên Bích

Boston
G Am F♯dim
Em đã đến như mưa đầu hạ, tôi khát tình em như khát nước
G Bm 3 D D7
trời. Tình yêu em như dòng sông xanh biếc cuốn đưa tôi vào hạnh phúc
G G Em C
này. Hát hát cho tình yêu thiết tha tình tôi.
D C G G Em
Viết viết muôn bài thơ khát khao tình em. Em em đã đến,
C D D7 3 G
em em đã đến em đã đến như cơn mưa chiều nay. Em đã
G Am F♯dim G
đi trong mùa đông lạnh đem tuyết về băng gía xuân xanh. Ôi con đường
Em D C D7 G
nào lưu dấu chân em, nơi nỗi nhớ dâng tràn ký ức hồn tôi.
CODA Em C D7 G
Em đã đi vội như đã đến in bóng người đi lạnh gía hồn tôi.
Mar 3, 2005

Em, Xin Chớ Mỉm Cười

Thơ Cao Nguyên
Nhạc Nguyên Bích

Moderato
D A7/G D G Em
Em ơi, nhớ nghe, chớ mỉm cười. Ngay trong mê mải của riêng
D C♯m A G A
tôi. Chữ nghĩa trôi như bong bóng nước, vỡ tung theo mỗi lúc em cười. Em
D A7 D Dm Dm/C♯ Gm
ơi, nhớ nghe, chớ mỉm cười. Mến nàng một hai anh xin phép. Sao lại
Gdim A D♭m
chớp chớp mắt xa xôi. Quả đất ngừng quay, quay quanh hờ
E Gdim Gm A A7 B♭ A A7
hững, quả đất ngừng quay thôi quay một vòng, đứng lại nhìn ánh mắt em xanh.
Dm B♭ A Em7-5 A7 Dm
Thôi đừng cười nữa đôi môi. Xin đừng nói em đã có ai rồi.
Em7-5 C B♭ A A7 B♭ Dm D
CODA
Xin đừng quên lãng đêm nay. Đừng tiếc tình tôi, tình tôi sao muộn màng. Môi em
D Bm G A A A7 D
cười, ôi nụ cười, anh xin em xin chớ mỉm cười.
3/30/17

Ghét Anh, Giận Anh

ý thơ : Sương Mai
Nhạc : Nguyên Bích

Moderato
Ghét anh làm sao khi anh nhìn ai đó ngoài phố. Mắt sao say
mê ô hay kìa quên cả em đây. Ghét anh ghê đi cứ mỗi lần em thấy anh
khen ai cái cô nào be bé xinh xinh hay duyên dáng kiêu xa. Ghét anh làm
sao những buổi chiều anh biến đâu chẳng thấy lúc em tra anh, anh nói dối loanh
quanh. Ghét anh ghê cơ cái cô nào mắt biếc xanh xanh mắt cô nàng sao cứ long
lanh anh nhìn theo mà ngẩn ngơ. Sao anh không chỉ mê say mình em sao
anh không luyến lưu mình em sao em chẳng là bông hoa hiếm quý chẳng là công chúa kiêu
sa hay là tiên nữ thướt tha. Sao anh không thiết tha nhìn em sao
anh không vuốt ve bàn tay em em đây mắt nai hồn thánh
nữ thân em rất ngọc ngà và với trái tim thủy chung.

Kết thúc cuộc hành trình

Tranh sơn dầu Nguyễn Phước

Giã Từ Quạnh Hiu

ý thơ : Phạm Anh Dũng
Nhạc : Nguyên Bích

Nhanh, vui
G G
Nàng là nàng nàng ơi, mùa
Bm Am C
thu đã đến chưa em mà mây trên trời, mây trên
Bm D D
trời đã bàng bạc trôi.
Bm D
Chàng là chàng chàng ơi nhìn

Em Am C
xem cây lá quanh ta la trên cành đã thay
D7 G Bm
mầu, mầu lá vàng tươi. Ơ,
Em Bm
thu đến cho tình mình mộng mơ thu đến cho
C D Em
lòng người nhớ người đợi chờ ai lòng bâng
Am D Am
khuâng rồi thẩn thơ. Ơ
Em D
thu đến cho người người tìm nhau cho ấm cõi
C D Em
lòng còn giá lạnh, hãy gần nhau, tựa vào
D7 G
nhau, xin giã từ qịanh hiu.
Fine
Dec 1996

Giọt Mưa

Thơ Cao Nguyên
Nhạc Nguyên Bích

Slowrock
Em A D Bm7
Rớt ở bàn tay, giọt mưa tan nát. Ướt cả bàn
4 Em A7 D G Em
tay, ướt mất đời mưa. Mưa có rơi mau, quên không hỏi, bụi nước đâu
7 F#m Bm G G#o A
Rall...
bay, bay vào hồn, bụi nước đâu còn mỗi vung tay.
10 D A D G G
Khép bàn tay, mưa chẳng buồn rơi. Mưa đẩy mưa bay chuyến bay

13 A D F#m G Em
dài. Hơi tay ấm, mưa mong manh lắm,
16 G A7 D
mưa trôi trong gió, mưa lạnh trong mưa. Mưa đêm ngoài
18 G D Gm D
kia, mắt trong này khóc, rơi rớt về đâu mê mải một mầu. Tiếng thở dài
20 Bm F#m A7 D D G
ngân, ngân mãi trên không. Số kiếp ruổi rong mưa đêm chán chường. Trời mênh mông tối,
23 Em A F#m Em A7 D
hồn mênh mông xám, trời sao chưa sáng giùm giọt mưa.
Dec 25, 2019

Gọi Yêu

Thơ : Mùi Quý Bồng
Nhạc : Nguyên Bích

Nhanh và vui
Hãy lắng nghe tiếng ru của mây
ngàn và của hoa, của lá với ánh trăng.
Hỡi những ai tuổi hẹn hò, đợi yêu đương, nghe này lời
nhắn của tình yêu, của mộng mơ. Xin hãy vòng tay
ôm giấc mơ, hãy để lòng rung theo tiếng tơ. Bờ
môi, khóe mắt trao nhau. Niềm riêng giữ lấy cho
nhau. Dìu nhau đi trong hoa mộng, đừng để
tình qua đi, đừng để tình qua đi, trong hững hờ.
Oct 1999

Gửi Người Ra Đi

Nhạc : Nguyên Bích
Thơ : Mộc Lan

Slow
Mai em làm thơ sẽ thôi không trăn trở để anh khỏi
nhớ một thời ta đã yêu nhau Mai em làm thơ sẽ xóa đi những đợi chờ để mùa xuân
tới em thôi chết mòn với những nôn nao. Anh, cơn gió em ngọn cỏ ven đường
Tình là giọt sương mấy khi mà đọng mãi nên xin anh đừng ngại lìa xa em
đi lìa xa em đi Làm sao em giữ được làm
Chậm lại
sao em giữ được cho anh đừng đi Mai em làm
thơ thôi không viết lời tan vỡ tuy không một câu nói nhớ với anh nhưng trong vần
thơ vẫn sống với kỷ niệm thơ em từng câu chan chứa một thuở yêu anh.
9/15/2020

Hạnh Phúc

Nguyên Bích

Dm G Em
Hạnh phúc có khi là một chiều có nắng
Nhìn chiếc lá rơi vào mặt hồ yên tĩnh
5 Dm Dm G GM7 Am
vàng. Hạnh phúc có khi là nụ hồng thơm ngát.. Hạnh
làm hồn em bỗng nghe một ngàn lời mơ ước. Ngàn
10 Bb Gm A7 Dm
phúc có khi là một lần trong tay dạo phố. Hạnh
mơ vẫn chỉ là một điều em đang thầm ước, được
14 F C Am 1 A7 2Dm
phúc với em, là nụ cười của anh. (Nhìn)
anh đến đây làm mặt hồ mừng vui

19 Dm
3
G
Am7
Dm
Từ ngày mới quen nhau lòng đã nhớ nhung đêm ngày
23 Dm
3
G
3
Am
từ ngày đó em thôi hồn nhiên với kiêu sa đâu
26 C
3
Bm
Am
còn rồi thầm ước mơ sao cho nụ cười say đắm
30 Dm
3
Gm
ấy một ngày sẽ không xa mình sẽ bên
33 A7
Dm
CODA
Dm
G
nhau suốt đời Hạnh phúc trong tay ấm áp, nâng niu trìu
37 Em
A7
D
mến nguyện sống một đời bên nhau

Hạt Tình Sầu

Nhạc : Nguyên Bích
Lời : Mùi Quý Bồng
Nguyên Bích

Slow
D G Em Bm/D
Ai i í đem ươm hạt ơ ớ tình sầu cho
G Bm7 A D
bao là bao ước mộng ơ ớ ban đầu dở dang. Tình
G Gm D G Gm D
tang ơi hỡi tình tang. Tình tang ơi hỡi tình tang. Ngày
G D F♯m G
nao ta mới quen nhau mà nay đôi lứa đôi đàng. Nhiều
Em D G Em E7 A7
đêm thao thức bên đèn, em ngắm trông em tàn phai sắc hương. Còn
G D F♯m G
đâu câu hát năm xưa, bài thơ anh viết hôm nào, nghìn
Em D A7 D
năm yêu mãi, không ngờ nay đã quên mau để hồn lịm đau. Khi
G Gm D Em Bm A7 D
lòng người đã vô tình còn chi hàn gắn cho hồn bớt đau. Tang
G Gm6 A G Gm6 D
tình tang hỡi tình sầu, tang tình tang hỡi tình xa. Tang
G Gm6 D G Gm6 D
tình tang hỡi tình lửa, tang tình tang hỡi tình anh.

Hãy Bảo Tôi

Thơ : Du Tử Lê
Nhạc : Nguyên Bích

C
Slow
Em/B F Dm G F
Nói bằng mắt bằng môi tình còn ngờ. Dẫu bằng xương cùng thịt vẫn chưa
G G7 C Em/B F Dm
vừa. Với trăm kiếp nghìn năm còn vẫn thiếu
G Em G7 C Em Am
Nói bằng gì em bảo hộ tôi đi. Ngực chôn cất nỗi niềm đâu góc
C G Dm6 C Am Em/G C/E F
trái. Ai không đau khi máu đã quên về. Em hãy chỉ giùm tôi, em hãy chỉ giùm tôi
Dm G Em7 G7 C
dăm cửa ngục để tôi vào chuộc lại trái tim đau

Hẹn Ước

Thơ : Thanh An
Nhạc : Nguyên Bích

Waltz
E G♯m C♯m A B G♯m E
Em là mây phương trời, nên đi hoài không mỏi.
8 B E G♯m C♯m A D♯m7(♭5) F♯m B7
Anh giòng suối tinh tuyền, soi bóng mây dịu êm.
17 E G♯m C♯m A B G♯m E B E
Xin một chút êm đềm, trong mối tình mây nước. Nước trong
26 G♯m C♯m A D♯m7(♭5) B7 E E7 A
vắt một mầu. Mây vẫn xanh một mầu. Cơn gió nào đến
34 E G♯m C♯m A B B7
đây đem theo làn khói xám xua tan nỗi bình yên nước mây. Để
41 E A B E D♯m7(♭5) C♯m
mây buồn suối cạn mắt anh sót sa buồn, lặng câm mà không nói, nói
47 B7 E E G♯m C♯m A B D♯m7(♭5) E B
chi cũng vậy thôi. Thôi ngờ nhau làm gì cho tim đau vỡ rạn.
57 E A F♯m7 B7 D♯m7(♭5) B7 E
Có tin nhau một lời, mới yêu nhau mãi thôi.
Apr 30,2000

Gặp gỡ trên đường

Tranh Nguyễn Phước

Hiến Chương Yêu

Thơ : Du Tử Lê
Nhạc : Nguyên Bích

Dịu dàng - tha thiết
Em G+ Am
Khi em lạnh tôi biến thành ngọn lửa. Đốt yêu
4 B B7 Em Am C
thương than nóng hực ân tình. Khi em đọc, tôi biến thành chữ
7 B F♯dim B G
viết cả nghìn chương chỉ chép chuyện đôi ta. Khi em
10 Am Am7 C B B9
viết tôi biến thành giấy bút bút tương tư, mực nhớ đến ai
13 B7 Em D C B7
kìa giấy từ cây, bút từ gỗ xa xưa mực từ nhựa, tôi từ em sống
17 Em E C♯m G♯m
lại. Khi em khóc tôi biến thành nước mắt, chẩy giùm
20 A E F♯m B
em cho cạn nỗi ưu tư. Để mắt em xanh, để môi em

23 B B7 E
mềm tôi thành lá giữa khi chiều sắp tối. Khi em
26 G♯m C♯m A
chết cõi đời này phải hết không chỉ tôi hoa cỏ cũng lên
29 E F♯m B F♯m
trời muông thú xa rừng, chim lạnh từng đôi bao thế
32 B B7 E
hệ vì em mà tàn phai. Chuyện mình hai
34 E A F♯m B
người, chuyện của lứa đôi mặc kệ ai cười, mặc người bữu môi...
36 B E C♯m
Có gì đâu. Ta sẽ chết nhưng tình ta không
39 A Am Rall.... E
chết vì mở đầu nhân loại cuộc chơi riêng.

Hôn Em

Thơ : Nguyễn Minh Dức
Nhạc : Nguyên Bích

Moderato
D F♯m/C♯ Em Bm/D
Đừng anh, đừng anh đừng hôn em nhiếu quá, để
G A A A7 D
mai đi về lại nhớ nhớ thương thêm. Đừng anh, đừng
F♯m Em7 Bm G A
anh, đừng nhìn em trìu mến. Chiếu nay đi về hiu
A7 D G
hắt mắt môi em. Hôn em một lần rồi, hôn em một
D A A7
lần nữa. Hôn em một lần thôi, nhất định một lần thôi.
D G A F♯m C♯m7
Hôn em một lần, một lần nữa thôi. Em đã dặn anh
A A7 D
rồi, à mà thôi, lần nữa đi anh.
Dec 15, 2008

Khổ Vì Yêu

Thơ Cao Nguyên
Nhạc Nguyên Bích

Moderato
D Bm
Chỉ mới quen biết mình sẽ khổ nhớ nụ
G A A Em
cười thao thức suốt đêm Lời nói vu vơ nâng niu mãi mến một
F♯m G A7 D G
ngày khổ lắm rồi em Khổ gấp đôi hai buổi thương em tên
Em6 F♯m Em Em6 Em6
em tôi khắc rát tim tôi rồi mời từng sợi tóc rớt trên
F♯m A A A7 D D F♯m
môi mời từng sợi tóc rớt trên môi. Một tuần nặng trôi ôi khổ
G A A7 D F#m Bm
quá thở ra em thở vào cũng em thôi một tuần nặng trôi ôi quá
Em A G A7 D
khổ một tháng yêu em còn gì tôi.
Jun 27,018

Khói Môi

Thơ Cao Nguyên
Nhạc Nguyên Bích

Slow
D A D G Gm
Gió ơi đưa giùm tôi sợi khói, mà cô em vừa thở đến
D G D A7 D
đây ấp ủ tim tôi đi khói hỡi đông dài đang đến đó khói ơi
D Bm G Gm D
Hay hãy để cho tôi làm khói, được trăm năm chơi ở tóc em
G F♯m A7 A A7 D
nói thủ thỉ bên tai lời yêu dấu mơn trớn môi mềm với khói môi

18
D A F♯m D D F♯m/C♯ D
Gió, gió ơi đưa giùm tôi bông tuyết mà cô em vừa thổi đến đây tim
22
G D A D
3
tôi đang chờ đón đông có đủ dài ngại tuyết tan
26
D F♯m D G G Gm D
Nhưng tôi không muốn là bông tuyết em thổi tôi đi đi tới tận chốn nào ngẩn
30
G D A A7 A7 D
ngơ thơ thẩn đời vô vọng Tan biến nhẹ tênh giữa muôn trùng.
12/28/2020

Kỷ Niệm Nào Trong Mắt Anh

Nhạc : Nguyên Bích
Lời : Trường Đinh - Nguyên Bích

Slow Rock
Dm
F+/C#
Về đâu chiều nay cho anh đắm say trong mắt em sương
A7
Dm
Gm
mù. Tìm nhau vòng tay cho anh ngất ngây trong ước mơ xa
A7
B♭
C
xôi. Còn đây không gian êm đềm, chiều
Gm
Dm
Ddim
Gm
xuống ôm hoang vai gầy, nụ hôn trao nhau còn ấm làn
A7
Dm
F+/C#
môi. Về đâu chiều nay cho anh vấn vương theo cánh chim phương
ASus4
A7
Dm
Gm
trời. Tình ta nồng trao mãi vẫn nhớ nhau trong mắt em mộng

13 A7 C C7 Gm Dm
mơ. Về đâu cho tóc em bay, làm mây như áng tơ vàng, về đây bên
16 Ddim Gm A7 Dm D
anh ước mơ cùng nhau kết duyên bền lâu. Ngồi nhìn dòng sông hát ca lời
19 G A D
yêu, nhìn làn mây thấy hương tóc em thơm nồng.
22 Bm Gm D A A7
Kìa bông hoa trắng đang lắc lư cùng gió tưởng như tà áo em tìm tay anh.
26 D G A7
Nụ cười chiều nao, giấc mơ ngày xưa nhìn từng giọt nắng chợt nhớ môi
29 D Bm G F♯m
người nhìn hoa với bướm sao thấy nghẹn ngào qúa
32 A7 D CODA D
thèm nhìn đôi mắt em chợt ánh lên nụ cười. Về đâu chiều nay cho anh đắm
35 G A7 D
say những ước mơ xa xôi vơi đầy trong mắt anh.
Houston Mar 31, 11

Lá Rơi

Nhạc : Nguyên Bích
Thơ : Cao Nguyên

Em F C G
Lá rơi lá rơi lá rơi lá rơi dán xuống đường rồi
C F Fm G Em7 Bdim
gió sẽ lật từng trang xuân hạ của lá xanh và gió thêm mưa thêm giá buốt và
Dm7 Em Am G7 C C
lá ôi thương quá lá vàng rơi rơi từng lá lỡ làng Lượn lờ theo
Em/B Bm7-5 F G Dm G7 C
gió chiếc lá thu say Trời vừa giăng mây thu đỏ môi người
Em C Bdim G Dm G
Còn lại trên vai vết son lá vỡ Mối tình này ai
G7 C C C Bm7-5 F
treo cuống lá gầy Dập dìu bên nhau có đôi uyên ương
Dm F G C C
nhặt chiếc lá rơi rúc rích cười vui mà đôi uyên ương
Am Bdim F Dm G G7 C
đó biết đâu một điều lá xanh vàng đỏ chỉ đến có một lần

8/26/2017

Cello Serenade
Tranh Đinh Cường

Lạc Nhau Nơi Tiền Kiếp

Thơ Mộc Lan
Nhạc Nguyên Bích

D
Boston
Bm F♯m D D Bm
Nhớ thủa ấy hai đứa đã từng yêu nhau. Nhớ sao ngày ấy hai
7
F♯m A D Bm G A
đứa đã hẹn hò nào biết bởi vì sao mà đường đời xa cách mà chia
13
G A D D Bm
phôi trong khoảng khắc của thời gian. Đến nay chiều tới nghe cơn
19
F♯m D D Bm A D Bm
gió đi hoang Nhớ từng giọt nhớ đưa em bước vào dĩ vãng Vòng tay ấm

26
G D F♯m D A D
xoắn hối tiếc xa gần ngày ấy nơi tiền kiếp sao ta lại lạc nhau
33
Dm Gm F Dm Gm C
Mang trái tim cuồng si chờ người đến Buốt đắng từ tâm can
39
A Dm Gm F C Dm
Trời bắt chia xa Rồi cuối đường đời nơi dương gian tìm thấy có phải
45
Gm F C Dm D Bm G
anh, có phải em có phải là đôi ta Ta gặp nhau thênh thang trên
52
A D Bm F♯m A D Bm
trời Lối về tim đời hai ngã chia phôi Ta giờ đây bên
59
G A D Bm A D
11/21/2020
song cách chia Giữ gìn cho nhau ân tình cũ không phai

Lần Tương Tư Cuối Cùng

Thơ : Mùi Quý Bồng
Nhạc : Nguyên Bích

Slow rock
D Bm G Em
Giọt nắng nào vương trong mắt em. Hạt mưa nào hắt ướt vai
4 D Bm G Em7/D A7
mềm. Làn gió nào hôn bờ má mộng.
7 F♯m C A7 D Bm
Tình yêu nào đã lén vô tim. Đã có bao giờ em tự
10 G Em A A7 D Bm
hỏi đến khi nào ta lại gặp nhau
13 G A7 Em Em6/C♯ A A7
và khi nào duyên tình mình nối lại đến bao giờ thôi tan tác chia

16
D G D7 D Bm G
3
phôi. Giờ đây vẫn chỉ một mình anh, ngồi lặng
20
A A7 D Bm Em A7 E
3
3
yên bên bờ sông vắng nhìn ra xa mây nước đậm mầu và nghe
24
E7 A7 G Em A
3
3
nhớ dâng tràn đớn đau. Này em hỡi bên đèn vàng hiu hắt vì nhớ
28
G Em7 D Em E7
3
3
em anh thức trắng từng đêm ôm bóng đêm anh cuộn mình đơn
31
A7 F♯m A7 D
3
3
lạnh biết đến bao giờ ta mới gặp lại nhau.

Lặng Lẽ Tình Tôi

ý thơ : Phạm Oanh
Nhạc : Nguyên Bích

Slow
C Csus4 F
Em đứng đó, thật gần mà anh không với tới. Muốn nói cùng
G G7 C Em Em7(♭5) F
em, mà không thốt nên lời. Nói yêu em, sao môi mãi xa xôi. Muốn nhìn
G Bm7(♭5) G7 C Csus4 F
em, mà mắt ngại gặp nhau. Em đứng đó, dáng em gầy lả lướt. Anh trộm
G G7 C Am Em7(♭5) F
nhìn, em lặng lẽ quay đi, mắt sao cay như khói quyện bờ mi. Anh thờ
G G7 C F Dm
thẫn bước đi lòng quặn đau. Em như trăng sao trên trời một đêm vào
C C6 F Bm7(♭5) C C7
hạ. Em như mây vương khi chiều đổ xuống bờ đê. Em như bông
F Dm Bm7(♭5) G F G7 C
hoa yêu kiều gợi ngàn sắc thắm. Yêu em si mê, làm sao em thấu được lòng anh

Lời Chúc Cho Em

Nguyên Bích

Slow
Gm Bb A7
Anh chúc cho em được tươi miệng cười. Anh chúc cho
C Em7(b5) F A7 Dm Bb
em được hạnh phúc bên người em có yêu không? Dù em sẽ khóc hay
Dm Gm Dm A7 Dm
dù em thấy đắng cay, anh chúc cho em được bền lâu bên chồng.
Bb A7 Gm A7 C#m7(b5) Bb
Ôi thôi thế thôi, anh về đốt chết kỷ niệm xưa, ôi sao đắng cay, lời thề
C#dim7 Dm Gm C F A
xưa còn vọng mãi bên đời. Em cứ vui lên bên đời gian dối và
A7 Bb A7 Dm
anh cũng sẽ cố vui cho cuộc đời đã đắng lại càng cay.
March 1999

Lời Nhắn Cho Người Tình

Thơ : Thanh An
Nhạc : Nguyên Bích

Boston
C F D
Người yêu ta sao ta khờ dại. Đã xa rồi như vẫn đâu
5 G C Am G G7
3
đây. Thanh Vân, đêm nay em ở đâu, em ở đâu ở đâu? Trái tim nhói
10 C Dm F C Am
buốt, chợt nhớ thương ai, tuổi đời đôi mươi tình tôi bẽ bàng. Ta một đời bất
15 F G G7 C
hạnh. Ta một đời tìm kiếm ý nghĩa tình yêu. Ngày mai tôi

20 C Dm F C
chết, nhắn em sang. mua hoa mua nến mướn xe tang. Ngày mai tôi
24 Am G F G7 C
chết nến tắt nhang tàn. Mộ tôi chờ em thăm viếng. Phải không em, em hỡi em
29 Dm F C Am
yêu bởi ngày xưa giao ước đến muôn đời. Tình Nguyệt Vân em chờ ai nữa
33 Em G7 C
đó Ta mãi tìm em, em có biết không em. Em có biết không
36 Am F Rall.... C
em. Em có biết không em. Em có biết không em.
Dec 14, 2004

Lời Nhắn Nhủ Dịu Dàng

Nhạc và lời : nguyên Bích

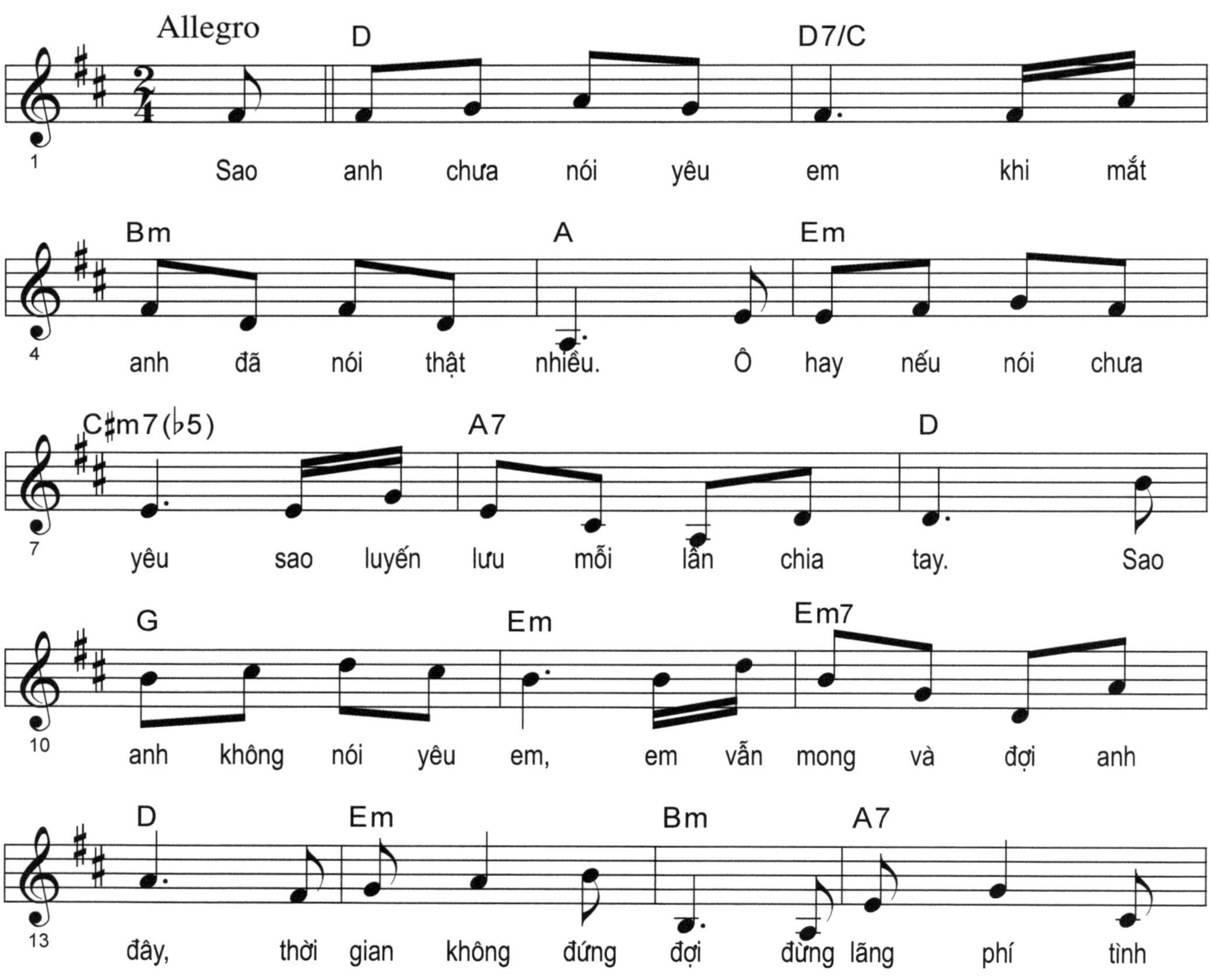
Allegro
D D7/C
1 Sao anh chưa nói yêu em khi mắt
Bm A Em
4 anh đã nói thật nhiều. Ô hay nếu nói chưa
C♯m7(♭5) A7 D
7 yêu sao luyến lưu mỗi lần chia tay. Sao
G Em Em7
10 anh không nói yêu em, em vẫn mong và đợi anh
D Em Bm A7
13 đây, thời gian không đứng đợi đừng lãng phí tình

D C♯m7(♭5) Bm G
17
yêu. Nói yêu đâu có khó khăn chi, đâu
GM7 D Em D D G
21
có hãi sợ gì mà sao im chẳng nói. Dẫu em làm
Em D Dsus4 G
27
ra dáng vô tình thì cũng chỉ bên ngoài mà bên
E E7 3 A A7 D
31
trong nóng lắm anh ơi. Anh yêu hãy nói yêu
D7/C D6/B A Em
35
em xin chớ lo em nhỡ khước từ. Không đâu anh hỡi anh
Em6 A7 D G
39
yêu em sẽ không lạnh lùng đâu anh. Anh ơi hãy nói yêu
Em Em7 D G
43
đi, em sẽ dâng cuộc đời cho anh, kìa anh đợi nữa
Bm A7 D
47
gì gọi cho em và nói yêu em.
Apr 2, 1998

Lục Bát Mưa

Thơ LT Cao Nguyên
Nhạc Nguyên Bích

Ad lib
Mái cong mái thẳng mưa treo cơn nhớ mưa trầy con tim Mưa
cam mưa vàng mưa thu mưa lạnh mưa nàng mưa tôi
To di tempo
Mưa lăn cửa sổ í a giọt dài Người em sầu mộng hoài mong ai Ngập
ngừng mưa ướt vai người lữ khách mắt môi nhạt nhòa Mưa cho ai cười nói bên ai dưới
dù Mưa ngang mưa dọc í a mưa buồn Mưa viền gò má em vuông
Sao mưa rơi ngược Sao mưa rơi ngược Sao mưa rơi ngược ướt luôn mây trời
Chậm lại
Mưa tuôn ướt nỗi u buồn vươn vai lớn dậy giấc mơ hôm nào Mua gay gắt
mưa ngọt ngào mưa ơi mưa sao cứ ư mưa hoài.
10/13/2020

Mắt Nai

Thơ : Khánh Trân
Nhạc : Nguyên Bích

E G♯m C♯m F♯m
Em chân nai ngơ ngác đạp trên tuyết mùa đông tim
D♯m7(♭5) B A B7
em còn non dại sợ cả giọt sương mai.
E G♯m C♯m A
Em ươm một trời mơ vào mắt ướt mơ màng
F♯m D♯m7(♭5) B7 E
anh về gom sợi nhớ và dệt nên những vần thơ. Thơ
E C♯m A B F♯m D♯m7(♭5)
anh có dáng ai con nai nhỏ dại khờ hôm nao hoa tuyết rơi trong
B7 E E G♯m A
ngày đông chưa hết. Câu thơ có tiếng ca mang tâm tình anh
F♯m D♯m7(♭5) B B7 E
trao, đem yêu với nhớ mong anh gửi vào mắt nai.
3/19/2014

Mây Và Núi

Thơ Mộc Lan
Nhạc Nguyên Bích

D Bm D Em
Slow
Anh, nếu như anh là núi em, chắc em sẽ thành mây mây
C♯m7-5 A Em A D
đi thì núi buồn, núi nhớ nên mây thôi đi. Hôm
D Bm D Em
nao nếu như mây giận dỗi Mây, mây khóc thành bão giông làm
G F♯m A7 D
núi cũng ôm đầu buồn khổ và núi rũ đầu trong mênh mông.
D G A D
Mây, những hôm nào thật vui Mây, đến tung tăng nhẩy múa

G Em D C♯m7-5 A
mây, cất tiếng ca thần tiên nỗi vui lan tỏa khắp làm núi tươi một mầu
D G A D
Mây, đến ôm đầu núi đan những ngón tay vào nhau say
G Em A A7 D
sưa núi cúi xuống núi hôn mây nồng nàn
D G Em F♯m
Em Trời mang em cho anh cho ta đẹp duyên bên nhau trăm
G A A7 D
năm tình mây núi có bao giờ xa nhau.
06/06/2020

Mơ Hình Bóng Ai

Nhạc : Nguyên Bích
Lời: Thanh An - Nguyên Bích

Slow
Dm Gm Gm7 Dm Gm
Tóc buông xoã bay bay trên vai gầy. Ngại ngùng nhìn em, dáng
A7 Dm Gm A7 B♭
dấp tựa thiện thần. Đẹp làm sao, em yêu, đừng lạnh gía, em yêu, đừng hờ hững nhìn
Gm A7 Dm Gm Dm A7 B♭
anh xa lạ. Em là mùa thu diễm tuyệt. Không lá vàng bay, không mây trời xuống thấp.
Gm F A A A7 Dm
Em là mùa xuân, cuộc đời, tấm lưng thon như cành liễu rủ bên hồ.
D Bm G A A7 D
Em đôi môi hồng chẳng cần son, là nụ hồng phơn phớt ướp hơi sương.
G Bm Em A A7 A7 D
Anh ghé xuống run run ngại ngùng, vì lỡ giật mình, em bỏ dở giấc chiêm bao.
G Gm Em D G Em
Ngọn đèn khua không đủ sáng ngoài kia bóng tối vây quanh. Em, em, em đâu
D Bm G A7 D
rồi, em đâu rồi, em thiên thần, em đâu rồi, em ơi.
Jan 9, 2004

Môi Nhớ Tàn Phai

Bàn chân nhớ đất còn khô nẻ
Môi nhớ tàn phai lệ nhớ mi

D.T. L

Thơ : Du Tử Lê
Nhạc : Nguyên Bích

Lento Expressivo
D C#o A G
Chỗ ngồi gió nốt nhạc đen, máu đông từng giọt mưa điên từng
D D G
giồng. Cho hồn chết qua mấy hàng thơ, thôi em cứ
A A7 D D
bước thiên đàng hứa vui. Nhớ đời trước thẹn đời
G C#o A7/C# D D
sau, tóc tưa năm tháng mắt nhầu chia ly. Đêm tự vẫn sáng hẹn
G A A7 D
thề, máu tương tư chẩy đầm đìa sông tôi. Ai đã
D G Em A C#o A7 D
sống mà chưa từng bật khóc. Ai đã vui mà chưa lạnh môi cười. Ai một
Bm A Em A G A7 D
đời vẫn gọi mãi ai ơi, như ta đã vì em mà tàn phai.

Mong Manh

Thơ : Mùi Quý Bồng
Nhạc : Nguyên Bích

Waltz
F FM7 Dm
Đóa hồng dại bên suối mơ nở đẹp.
5 B♭ Am Gm F F7
Rất yêu kiều nhưng cũng rất mong manh. Hoa e
10 Am Dm B♭ Gm C
ấp soi mình trong mơ mộng. Hồng nét môi ánh
15 C7 F C7 F FM7
mắt long lanh cười. Đóa hồng dại một sớm mai nở
20 Dm B♭ Am Gm F
đẹp. Rất yêu kiều nhưng cũng rất mong manh.
25 F7 Am Dm B♭ Gm
Hương sắc ấy vẫn còn đang khép nép. Thấy sao

30
C C7 F Dm
đời ôi qúa đỗi nên thơ. Nhưng than ơi, một
35
C B♭ Gm Edim B♭6/D
hôm, người đâu. Vui chân qua, đạp lên cành
40
Am C7 F Dm B♭
hoa. Cành hoa thắm ôi còn đâu hương sắc.
45
Gm C C7 F C7
Cánh tơi bời tan tác dưới chân ai. Đóa hồng
50
F FM7 Dm B♭ Am
dại bên suối mơ nằm lịm. Rất yêu kiều nhưng
55
Gm F F7 Am Dm
cũng rất mong manh. Bên suối mát hoa triền miên giấc
60
B♭ Gm C C7 F
điệp. Chết âm thầm bên bờ suối thê lương.

Một Đời

Nguyên Bích

Slow
Am Caug Am Bdim Dm
Em là giấc mơ đời anh, một giấc mộng rất huy hoàng nhẹ
E G F E
nhàng. Em đến tựa đầu vào vai anh và nói em yêu
E7 Am Am Am7 D Am
anh em yêu anh. Ngày lại ngày sau giấc ngủ say
E E7 Am D
anh mơ thấy em tựa đầu trên vai anh nằm và nghe tiếng em

14 Am F E7 F E
thở nhẹ nhàng giấc ngủ chưa phai. Anh không muốn thức dậy sợ làm huyên
17 E7 D E7 Am Am F
náo giấc mộng đời anh. Em giấc mộng đời của
20 E Bdim Am E
anh, em hãy biết rằng anh đã miệt mài yêu em. Anh yêu
23 E E7 F E E E7 Am
em bằng tương lai và quá khứ đời anh, em là giấc mơ một đời của anh.
10/15/2011

Mưa Trong Nỗi Nhớ

Thơ : Hồ Tịnh Thu
Nhạc : Nguyên Bích

Boston
Dm F+ GmAdd9 A B♭
Trời mưa không quá lớn cũng ướt hai mái đầu Tình yêu không quá
7
Gm C7 A Dm Gm6/E Dm F
lớn mà cũng nát đời nhau Kỷ niệm chưa thật sâu sao chập chùng nỗi nhớ hẹn
14
C B♭ A7 Dm D Bm G
thề chưa dài lâu sao còn vương vấn chi Thời gian chưa thật dài mà sầu đeo năm
21
D G Em C♯m D Bm G
tháng Không gian chưa đong đầy mà hồn ta mênh mang. Tình người sao trái ngang khiến ta
28
Em C♯m G Gm A7 D
đời dang dở tình trần sao trắc trở khiến ta đời nặng mang
01/04/2020

Singing for the Mekong River

Tranh Nguyễn Phước

Mưa Và Nhớ

Nhạc : Nguyên Bích
Lời : Uyển Diễm

Slow Rock
D Em G
Chiều hôm nay mưa giăng về rất vội, từng hạt
4 A A7 D Gm Gm
mưa là từng nỗi nhớ dâng trào. Anh ở đâu nào biết đến tâm tình
7 A Em A A7 3
này, gửi trao anh bằng những hạt mưa sa. Mưa ơi mưa
10 D G 3 Em Em7
ơi, sao mưa rơi nhiều quá trên cao trên cao mây gió vẫn còn
13 D Em E A7
vương, hôn nhau mãi dưới cơn mưa chất ngất, âu yếm

16
C♯m Em A A7 3 D
này em trao về cho ai? Mai đây mai đây rừng cây xanh mầu
19
G 3 Em Em7 D
lá. Môi anh môi em đắm đuối quyện vào đam mê. Mưa dẫu
22
Bm Em 3 A7
lạnh không còn làm nhung nhớ, ghép đôi chúng mình vào với nhớ và
25
D A7 D Bm 3
thương. Và ngày mai nắng sẽ lên rất vội ngập ngừng lau
28
A D Gm Gm
khô cành lá ướt ban chiều. Em say mê những cái nhìn rất
31
A A7 D CODA D
nhớ, ôm vào lòng những mơ ước vấn vương. Mưa mưa ơi làm em
35
G Em C Gm A7 D
nhớ, em nhớ anh em nhớ em nhớ anh.
Jan 17, 2010

Mười Hai Lần Yêu

Nhạc : Nguyên Bích
Lời : Trường Đinh

Slow
D Em
Chiều mưa ấy đẫm linh hồn cô
nhớ, có nỗi niềm vây
G A A7 D
liêu lạnh lùng. Em đi xa có quay lại một lần
quanh mịt mờ. Em vui không khi quay lại nhìn đời.
D Em G G A
? Từ dĩ vãng, tháng năm buồn long lanh kỷ niệm. Trên dặm
Sầu băng gía cuốn trôi hồn chơi vơi muộn phiền. Thoáng nồng
A A7 A7
đường ký ức vẫn chưa quên. Chiều thương nàn đã chắp cánh chim
D D F♯m Bm
bay. Mãi mãi trong tôi, em vẫn là mây trắng. Mãi mãi trong
Em G D
tôi, đêm quạnh hiu thao thức với vần thơ. Mãi mãi trong

17 Gm A
tôi, cơn gía buốt vẫn chập chùng thương tiếc Em xa
19 A A7 D G
rồi còn hình bóng trong mơ. Từ lần yêu ấy, đau khổ rất
22 D Em A7 D
nhiều, ngỡ rằng hết yêu khi em từ giã. Nào ngờ em
25 G D A A7
đến, thơm lửa ngát tình, và thêm lần nữa, anh lại biết
28 D CODA G D
yêu. Mười hai lần yêu, mười hai cuộc tình, của bao lần xi
31 A7 A7 D
dại, ôi tình tôi, tình gầy.

Aug 14, 2004

Nét Đẹp Thanh Xuân

Nguyên Bích

Valse
Em có đôi môi cười đôi môi cười của một cánh hoa
em có đôi tấm hình có tấm hình cô áo trắng nữ sinh. Em viết
câu thơ lên tấm hình bức Mộng Hồng mượt mà ý thơ em nằm
nghiêng trên bờ cỏ áo lụa là che hững hờ đôi chân Em tặng
tôi tấm hình em cầm đàn bước vào vườn hoa ánh sáng chiếu
soi tà áo vẽ chân dung dáng đẹp thiên thần Em có đôi tấm
hình Có tấm hình mưa ướt bờ vai Em đề câu thơ trên tấm
hình "Tươi Thanh Xuân Một Thoáng Khoe Đời"
09/09/2017

Ngỏ Ý

Thơ : Nguyễn Văn Cường
Nhạc : Nguyên Bích

Slowrock
D Bm G
Em chẳng yêu, sao tình tràn qua suối mắt. Em chẳng
A A7 D D7 G Em
buồn sao sầu đổ bóng rêu xanh. Em chẳng tương tư sao cứ sớm hôm lại
F♯m Bm C♯dim A7
chiều theo anh về với nụ cười thèn thẹn. Tháng ngày
D Bm G A A7
qua có khi nào hẹn mà không đến, đã chung đường sao lại cứ bước đơn
D D7 G Em F♯m Em
côi. Anh vụng về cũng là cách ngỏ lời. Tim yêu nào chẳng
A7 D D7 G Em
có thời đảo điên. Pháo ngày mai tưng bừng rộn
G C♯m D
rã ngõ nhà anh vui cũng sẽ vào sân. Pháo ngày
G Gm D Gm A7 D
mai tưng bừng rộn rã ngõ nhà anh vui cũng sẽ vào sân.
Oct 28, 2000

Nhớ

Thơ : Bửu Châu
Nhạc : Nguyên Bích

Ad lib..
G Em C
Nhớ ơ ớ ơ ờ nhớ ơ ớ vô ồ
G To Tempo Slow D C
cùng Nhớ đồi Vọng Cảnh gió o ó ru
G C D
thông. Nhớ Hồ Tịnh Sen soi là soi bóng
G C Em
nước. Nhớ Bến Vân Lâu chạnh tấc
D7 Ad lib... G Em C
lòng. Nhớ ơ ớ ơ ờ nhớ ơ ớ vô ồ
G To Tempo Slow D C
cùng nhớ ơ mái trường xưa phượng ừ ư thắm
G C Am
hồng. Nhớ mái tóc thề chiều tan

D D7
học nhớ nẻo em về một chiều cuối
G C C
đông. Nhớ trăng Vĩ Dạ Nhớ nắng Kim
G Am
Long Nhớ sông Bến Ngự nhớ con đò
Bm D D7
xưa. Nhớ dòng Hương Giang dịu ôm thành
G C Am
Huế. Ad lib... Ta nhớ vô cùng em biệt
G G Em C
không?. To Tempo Slow Nhớ ơ ớ ơ ờ nhớ ơ ớ vô ồ
G D C
cùng Nhớ ơ chiều bàng bạc tiếng i í chuông
G C D
ngân. Nhớ câu hò ơ vang vọng trên sóng
G C D7 G
nước. Nhớ qúa nhớ sao nhớ ơ ớ lạ lùng.

Như Cơn Lốc Cuốn

Thơ : Nguyễn Văn Cường
Nhạc : Nguyên Bích

Waltz
Gặp gió nâng tà áo ngược chiều em tan
5
học, anh về bị ốm ba trăng. Gặp
10
em trong cơn mưa rào áo trắng loang trên ngực, anh về trùm
15
chăn chịu ốm ba ngày. Và khi em đi lễ nghe
20
tim em niệm Phật, anh về tưởng chừng đà tiêu diêu.
25
Ngày em đi lấy chồng anh đã uống rượu mừng hôm
30
nhìn em cho con bú, anh thấy mình trở sốt lây nhây.
May 1996

Như Con Sóc Nhỏ

Thơ : Hồng Khắc Kim Mai
Nhạc : Nguyên Bích

Vui, nũng nịu
Dm Faug/C♯ F/C B♭
Em như con sóc nhỏ rúc trong ngực người
A7 B♭m♭5 C♯dim A7
tình nghe nôn nao hơi thở kêu lên một tiếng
Dm Dm Faug/C♯ F/C
anh ơi. Em như con sóc nhỏ
B♭ A7 G C♯dim
lông tơ mềm hơn lụa hôm nao mai đua nở
A7 D D
ai theo em nên chồng? Anh anh anh của
F♯m Em A7 G
em cho em núp vô lòng. Anh anh anh của
D Em7 Em6 A7 D
em cho em hôn anh nhé. Anh anh anh của
F♯m Em A7 G
em cho em núp vô lòng. Anh anh anh của
D G A7 D
em, em thương anh vô song.
Apr 12, 1999

Như Giọt Sương Mai

Nhạc và lời : Nguyên Bích

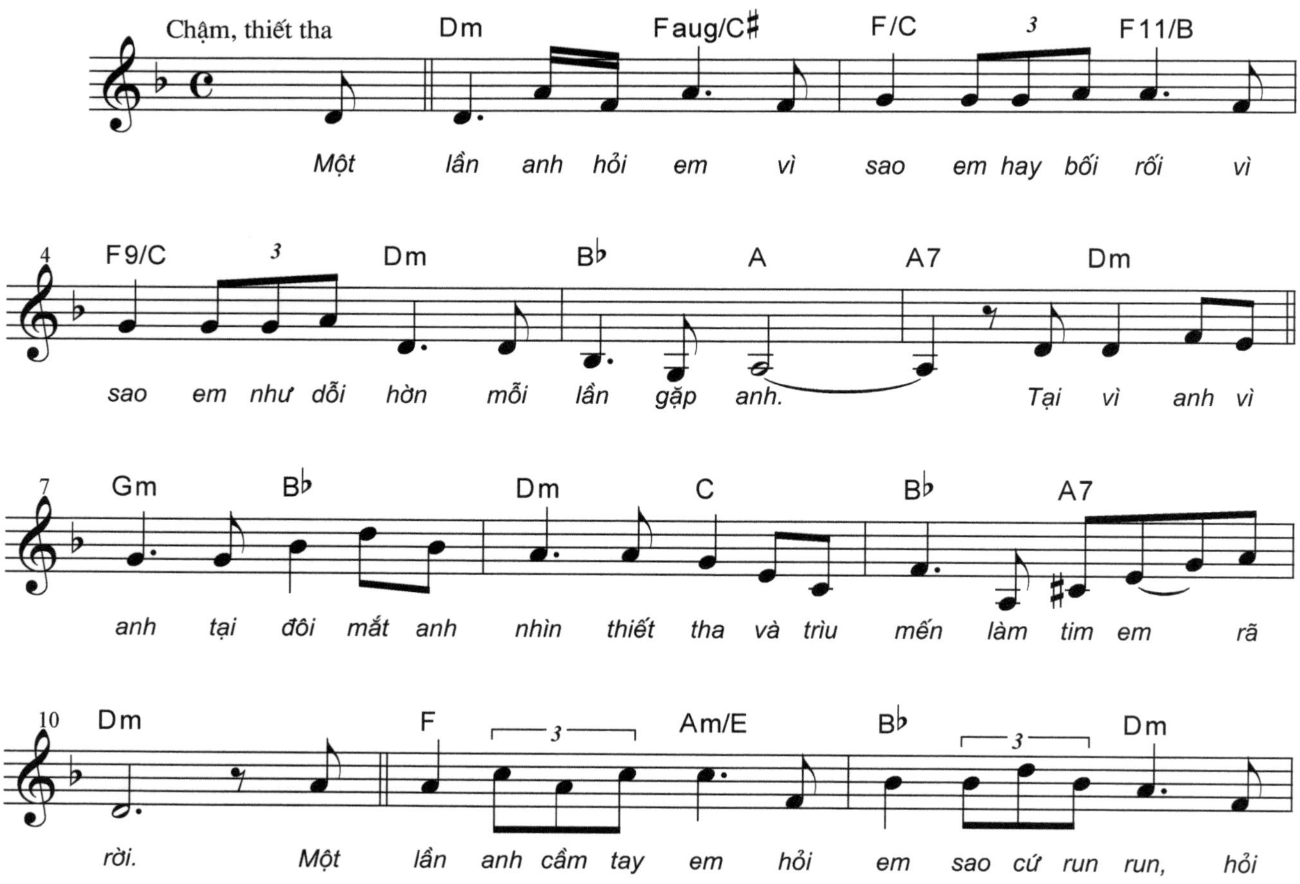
Chậm, thiết tha
Dm Faug/C♯ F/C 3 F11/B
Một lần anh hỏi em vì sao em hay bối rối vì
4 F9/C 3 Dm B♭ A A7 Dm
sao em như dỗi hờn mỗi lần gặp anh. Tại vì anh vì
7 Gm B♭ Dm C B♭ A7
anh tại đôi mắt anh nhìn thiết tha và trìu mến làm tim em rã
10 Dm F 3 Am/E B♭ 3 Dm
rời. Một lần anh cầm tay em hỏi em sao cứ run run, hỏi

13 C Am B♭ A7 Dm
em sao hay thẫn thờ mỗi lần gặp anh. Tại vì anh vì
16 Gm B♭ Dm C F A7
anh lời anh sao qúa dịu dàng, ấm êm và trầm ấm làm hồn em ngẩn
19 Dm C F A Dm
ngơ. Có những đêm em thao thức nhớ đến anh đôi mắt nồng nàn, đôi mắt nồng
22 A C7 A7 B♭ Gm
nàn say đắm thiết ơ tha. Và lời nói ấm êm dịu dàng thóang bên
25 Dm Gm Edim C7
tai như ve vuốt tim em. Anh biết đâu
28 B♭ A A7 Dm
rằng em chờ đợi lời nói yêu đương từ anh.

Mar 27, 2001

Nhung Nhớ Trong Đêm

Nguyên Bích

Chậm buồn
Em
Am
Chìm trong bóng đêm với ly cà phê đen từng giọt
4
B
B7
C
B7
buồn giọt buốn giọt đắng đọng trên môi Giờ ta cách
8
Em
Am
B
C
xa nhớ khi còn bên nhau nghe dạo cung đàn ly cà phê nóng đôi bàn tay
12
B7
Em
C
Em
Am
lạnh quạnh hiu. Nhớ hôm nào ta ngồi đây bên nhau cùng mơ đến một
17
B
C
B7
Am
ngày kết trọn ước thề Đêm dần tàn gió sương đêm lành

21 Em C B
lạnh nhớ mùi hương tóc cũ cô đơn nghẹn ngào một lần
24 B7 Em Em Am
đầu là thiên thu. Thời gian dẫu qua, vẫn như còn bên nhau tình còn
28 B B7 C B7
nồng ngọt bùi, nồng thắm và si mê, về đây với
32 Em Am F♯m C
nhau giữ hơi thở cho nhau với nhau đời này dù cho có muộn
36 B Bsus4 Em Em7-5 Em
màng, giữ cho còn nhau. Về đây với nhau.

Nồng Nàn

Nguyên Bích

Slow
G Em D Bm
Anh ơi anh có nghe? lời cảm ơn thiết tha từ tận sâu trái
A A7 D D G
tim em tâm tình với cõi lòng anh. Đời đẹp như hoa gấm,
Em D D A7 D G
tình nồng như giấc mơ yêu, yêu mãi suốt đời cùng nhau
D G Bm7 A E7 A
Nồng nàn say đắm ánh mắt anh trao khi ta hẹn hò dấu yêu
F♯m GM7 Em A A7
môi hôn mê say đôi khi vội vàng nôn nóng nỗi nhớ xanh sao trong đêm lạnh
D Em E A D G Bm A
giá khi ta xa cách. Nồng nàn say đắm, khúc hát năm xưa anh ca tặng

21 A7 Dsus4 C♯m Bm7 Em7 A
em nhớ mãi bông hoa anh trao nâng niu giữ gìn bên gối
24 A7 3 G A7 D
ấm áp tay ôm mang tim em vào bên anh Sát thêm vào
27 A Em A A7 D F♯m
em chút anh ghé tai thật gần. Kết tơ cuộc
31 Gm Gm Gdim Gm A Gm
đời bên anh Em muốn nói rằng Cảm ơn tình
35 Dm A7 D
anh với nhau một đời có nhau muôn đời
Nov 22, 2017

Nụ Cười Em, Năm Xưa

Nhạc và lời : Nguyên Bích

Slow
C Dm
Tôi yêu nhất con đường này vì tôi đã gặp
3 Em F G G7
em. Tôi yêu nhất quãng đường này vì em đã nhìn
5 C Em Am G
tôi. Ôi con đường ngày đó, ngày mùa xuân thắp nến lên muôn
7 C Em F G7
loài và mùa xuân đã đến trong tôi vì em đã cho tôi nụ
9 C Am F
cười. Và đôi mắt ấy đã cho tôi nồng ấm cuộc
11 Dm G G7 F
đời, và mái tóc ấy đã cho tôi vương vấn tình

13 C Am Bdim C G
say. còn nụ cười đó, nụ cười hằng đêm thao thức đã cho tôi nồng nàn say
16 G7 C G7 C Dm
đắm đắm say. Tôi yêu mãi con đường này từ khi ta gặp
19 Em F G G7 C Em
nhau. Tôi yêu mãi quãng đường này từ khi ta nhìn nhau. Ôi con đường Huyền
22 Am G C Em
Quang, còn đậm nguyên ánh mắt em ngày nào, mà ngày nay khi bước trên
24 F G7 C
CODA
đường lòng tôi vẫn ngất ngây dạt dào. Nụ cười em hôm
26 F G Em G7 C
nào, còn ngự nguyên trong lòng, vì tôi đã yêu em.
Dec 25, 2002

Rồi Sẽ Qua

Thơ : Huy Lưu
Nhạc : Nguyên Bích

Chậm buồn
Tôi đã thiếp đi đạp mây trời bát ngát. Tôi đã lịm đi chập
chờn khi tỉnh khi mê. Mở mắt nhìn em, cầm tay nụ cười héo hắt.
Phòng bệnh buồn tênh lòng buồn hồn nát ẩm ê.
Tôi như thấy bay trong mưa bụi buốt gía. Tôi quay nhìn quanh thấy
mồ thấy huyệt giăng xa. ù ớ gào lên, kìa em đầm đìa nước mắt.
Giường bệnh lạnh băng đôi hàng giòng lệ cạn vơi. Toàn thân ướt đẫm mồ hôi, bụng
đau nhói lên từng cơn dài ruột xoắn thắt co từng cơn, miệng khô vẫn cố nụ cười. Cầm
tay em nghẹn ngào khóc giọt nước mắt rơi đầy tay chúng mình, nghẹn nấc ghé tai thầm
nói, cố gắng nghe anh, cố gắng nghe anh, rồi sẽ qua.

Sám hối

Tranh Mùi Quý Bồng

Sám Hối

Thơ : Mùi Quý Bồng
Nhạc : Nguyên Bích

Boston
E G♯m
Cuộc tình tựa giấc mơ ôi thôi em đi rồi, để mình anh vấn
F♯m B7 E EM7 A AM7
vương ôm cô đơn hờn rỗi. Đâu tháng cũ hoa mộng, đâu thắm thiết mê
G♯m Am9 Am6 B B7 B6
cuồng, trong phút giây sống lại làm anh thêm đớn đau. Một thời say đắm
E G♯m F♯m
xưa khi nao còn hò hẹn, kỷ niệm ân ái xưa chưa phai trên bờ
E E7 A F♯m G♯m
môi, rồi chợt tan theo gió, dù lòng còn nôn nao, làm sao anh giữ

16 B7 E A
lại để còn em yêu anh. Anh biết anh tội tình
20 E Am/E Am
u tối hơn nửa đời, tay đã ôm hạnh phúc
24 E/G♯ B7 E7 A
mà không biết tôn vinh. Em hỡi em thiên thần
28 E F♯m
nghe gió mưa mang lại lời trần tình thiết tha,
32 B7 E
thương xót anh một lần.

Sao Không Ở Lại Bên Nhau

Lời : Mỹ Ngọc
Nhạc : Nguyên Bích

Slow
D Bm G A
Ngày qua còn gần nhau, ngày nay đã xa nhau. Mùi
6 F♯m Em E7 A7
hương thơm phảng phất, nghe chừng quấn quít nơi đây. Lời
10 D Bm G A
xưa theo ngọn gió, tựa như chiếc thuyền trôi, mờ
14 F♯m Em A7 D
phai sau rặng núi, tan biến vào hư vô. Sao
18 Bm G D Bm Em
không ở lại bên nhau, dệt nốt bài thơ ngày cũ. Trời cao đọa đầy chia
23 C Am E7 Am F
ly, để ta ôm sầu thiên thu. Còn đây bao kỷ niệm xưa nhung
28 G B° C Cm Am A A7
nhớ nào đong cho vừa bờ môi hôn đậm (ờ) chan chứa, vòng tay ru ngủ ấm đêm
33 D D Bm G A
mưa. Ngày qua còn gần nhau, ngày nay đã xa nhau. Mùi
38 F♯m Em A7 D
hương thơm phảng phất. Sao không ở lại bên nhau.

Apr 30, 2002

Sao Vội Nhạt Phai

Nhạc và lời : Nguyên Bích
Viết hợp âm : Tuấn Ngọc

Chậm, trách móc
Dm Gm6 C♯°
Sao em đi mà không nói với nhau một câu
2 - đi mà bóng dáng vẫn như còn đây
C♯dimSus4 Em7(♭5) A7 Dm
để cho anh hoài trông ngóng bóng em từng giờ
Mùi da thơm làn hơi ấm vẫn quanh bên mình
Dm7 C B♭ A7 Asus4
Từng buổi chiều đợi chờ bước chân nhìn cay
Đời nhạt nhòa lặng buồn hắt hiu này em
G♯° A7 D7 A7sus4 DM7
Fine
đắng qua đi nghẹn lời Em yêu ơi sao hững
hỡi sao vội nhạt phai.
Bm7 F♯m7 B7 Em A7
hờ lạnh lùng em nghe chăng tiếng lòng gọi nhớ tên
D D7 GM7 G♯° F♯m
em Trưa hôm nao tay ôm ấp dư hương còn đây
B7 Em A7 D Dm
mới đêm nào mùi ân ái vẫn còn chưa phai Sao em
Apr 27, 1998

Tâm Sự Kẻ Xa Quê

Thơ : Mùi Quý Bồng
Nhạc : Nguyên Bích

Bolero
A A9 C♯m D D D9
Vòng tay ngó lại cuộc đời bao năm tháng cũ đã vời cách
A Bm E E9
xa. Nhìn quanh ta vẫn chỉ mình ta làm thân lãng
E7 Esus4 A A A9
tử bôn ba lạc loài. Hành trang thất thểu đường
C♯m D D D9 A
dài lê chân lữ thứ ngậm ngùi đắng cay. Buồn
Bm E E7
ơi tay trắng hoài sao đây, bao năm bụi đỏ phủ đầy hai

17
A C♯m D Bm
vai. Trăng đơn nửa mảnh soi buồn canh khuya độc
20
Bm Bsus4 E7 D Bm Bm6
ẩm say cuồng ai hay. Nào ngờ tạo hóa chua cay, cho ta hận
24
E E7 A A A9
nỗi lưu đầy tha hương. Ngày nao uống rượu biệt
27
C♯m D D D9 A Bm
người, quăng ly ước sẽ trở hồi kết tơ. Giờ đây thôi lỡ cuộc tình
31
E E7 Esus4 A
thơ mình ta vất vưởng bơ vơ đọa đầy. Còn
34
A A9 C♯m D D D9 A
đây chút rượu hồng trần đêm nay say khướt cho hồn ngất ngây, và
38
Bm E E7 A
nghe mơ ước mộng lòng bay, chỉ mong thấy lại quê nhà mà thôi.

Tâm Sự Với Dòng Sông

Lời và nhạc : Nguyên Bích

Chậm, diễn tả
Dm Gm
Chiều đứng lặng ngắm dòng sông đem niềm riêng gửi cuốn theo
A Asus4 C Em7(♭5)
dòng. Hồn đã chết buổi chiều nao khi anh trao nụ hôn từ
A Dm A A7 B♭ Dm
giã. Đời hiu quạnh lặng trôi đi ta đã xa nhau rất ngỡ ngàng, tim sót sa ôi đã muộn
A A7 Dm D A
màng như dòng sông nào nước đã trôi xa. Nào em có biết ngày ấy tình mình thiên
D Bm G A7 Dm
thu. Nào em có biết tình sắt son rồi cũng thay mầu. Thương xót cho
Gm A7 F Dm B♭ A7 Dm
ai ngậm ngùi ôm nỗi đắng cay nghẹn lời, cúi xuống trên dòng đời cô đơn.

Cõi mộng (Dreamland)
Tranh Nguyễn Hữu Phước

Tháng Ngày Mật Ngọt

Nhạc : Nguyên Bích
ý thơ : Phạm Oanh

Slow
D Bm 3
Hãy ngồi xuống bên anh, uống với anh ly cà
A G F#m Em Em6 A7 D
phê, nhớ môi em ngày ấy, thơm thơm nụ hoa hồng. Hãy ngồi xuống bên
D Bm A Bm G A7
nhau, uống với nhau nồng say, nhắc nhau bao kỷ niệm của một đời yêu
D G 3 Em G
thương. Ôi từng năm dài tha thiết khi ngụp lặn tình
F#m Gm F#m Gm
yêu khi sóng bủa vây đời. Khi qua cơn cuồng

15
F
E°
A7
D
phong, lúc đảo điên mà dư âm còn vang. Hãy ngồi xuống bên
18
D
Bm
A
G
F♯m
A
anh, áp má em vào anh lớp da không mịn nữa nhưng ôi thơm thơm
21
A7
D
D
Bm
A
Bm
nồng. Hãy ngồi xuống bên nhau, nắm lấy đôi bàn tay, lắng nghe tim kể
24
G
A7
D
CODA
D
G
chuyện, chuyện một đời yêu thương. Đây tháng ngày mật ngọt
27
Gm
D
Gm
E♭
Cm
D
đã hiến dâng đời nhau. Đây tháng ngày mặn nồng anh khắc ghi tình em.
May 25, 2014

Thiệp Hồng

Thơ Huy Lưu
Nhạc Nguyên Bích

Moderato
Tôi tôi đâu muốn nhận, đâu muốn nhận thiệp hồng vì
sợ em lỡ lấy chồng thì sao Tôi bâng khuâng ước mộng viết thiệp hồng, ờ mà thiệp
trống biết đề tên ai. Ngay hôm sau thức dậy ra ngắt vội nụ hồng mặc
dù gai sắc đâm cào bàn tay Mau chân bay đến nhà mong trao nàng nụ hồng và
rồi sẽ nói rằng tôi yêu em. Đến nhà nàng nghe tiếng pháo reo vui, làng xóm ra
xem sính lễ khiêng vào nhà Ôi thôi rồi đám cưới rước dâu nàng đã vu
quy thiệp hồng quên gửi đến tôi Tôi tôi đâu muốn nhận đâu muốn
nhận thiệp hồng vì sợ em lỡ lấy chồng thì sao. Nay tuy không có thiệp nhưng
em đã lấy chồng, nụ hồng chợt héo trên bàn tay tôi

Jan 12, 2005

Thiếu nữ

Tranh Đinh Cường

Thơ Chẩy Hồn Tôi Nét Tên Em

Thơ : Nguyễn Văn Cường
Nhạc : Nguyên Bích

Slowrock
3 A7 D Bm G A7
Tôi bỏ tình yêu vào ly rượu. Cho men say dẫn hồn vào canh
4 D Bm G G D F♯m
thơ. Cho mùa xuân không muốn sang thu, cho bình minh nắng ấm không
7 Em A A7 D 3 A7
phai, cho tóc tôi không chín một ngày. Tôi bỏ bài thơ vào nắng
10 D Bm G 3 A7 D
vàng. Chim ngâm thơ tôi trong vườn hoa.
13 G 3 G D 3 Bm
Trăng đọc thơ tôi trong suối nước trong, nắng cũng hẹn mùa cho thơ tôi
15 A 3 A7 D G D D7 3
trổ em bứng thơ tôi trồng vườn nhà em. Hồn nở tên

18
G Em C G
em trên trang giấy lụa má em hồng từng nét đơn sơ tình nở trong
20
D D7 C Am D
tôi tim em thao thức tim em thao thức vào cõi mộng bước chân ngập
23
D7 A7 D A7 D A7
ngừng ngập ngừng như chực vương tơ. Tôi bỏ tình yêu vào ly
26
D Bm G A7 D Bm
rượu. Cho câu thơ tôi lai láng mênh mông
29
G Em D F♯m
cho lời thơ mê đắm tim em cho tình yêu bốc cháy môi
31
Em A7 D G D Em
em và cho em ngủ vùi tim tôi. Tôi bỏ tình yêu vào say
34
G A7 Rall... G Gm D
đắm, thơ chẩy hồn tôi, nét tên em.

Thú Thương Đau

Thơ : Mùi Quý Bồng
Nhạc : Nguyên Bích

Ad Lib....
E C♯m7 A
Trong một thoáng nắng hanh vàng cỏ nội.
B B7 E E7
Ta ngập ngừng không giám bước chân mau. Em trinh
G♯m C♯m A F♯m6
nữ nên thẹn thùng bối rối. Lá sơ khai chưa
B7 E A T di Slow Waltz E
biết thú thương đau. Anh khe khẽ hát ru em vào
A B B7 E
mộng. Gió êm đềm ve vuốt tóc mây bay.
G♯m C♯m A
Trong đắm đuối anh nồng nàn cúi xuống uống môi
B B7 E E
hồng đang chan chứa men say. Đôi mắt ướt như
A B B7
e dè ngần ngại. Cánh vai mềm chợt run rẩy đê

40
E G#m C#m A
mê. Tay năm ngón đan vào nhau mê đắm
45
D#m B7 E
từ thâm sâu tình yêu bỗng tràn trề.
50
E C#m C#m7 A F#m
Vòng ngực ấm đã căng tròn nhịp tim
55
B C#m G#m E C#m
thơ nay bỗng trỗi mê cuồng hồn trinh nữ ngơ
60
C#m7 A B G#m G#m7
ngác chốn thiên đường hết e dè em đã nới tay
65
B E C#m C#m7 A F#m
buông. Tình tha thiết dâng ngát hương lòng nụ băng
71
B C#m G#m E E
trinh e ấp đón duyên đầu và trong mê đắm em
76
G#m A B B7 E
trút hết ân tình rất ân cần em nếm thú thương đau.

Thu Về Hôm Nao

ý thơ : Phạm Anh Dũng
Nhạc : Nguyên Bích

Slow Rock
F Dm Bb Gm
Thu về hôm nao em thả tóc bay theo mây đào. Em thắp hồn
C7 Bb C C7 F Bb
lên cao, trong lời ru có ánh trăng sao. Này em yêu nhé, mắt nâu qua rừng thu
Gm C C7 F F Bb Gm Am
vàng. Trông bóng thời gian nhả tiếng sương mù. Này em hỡi dòng sông vắng xa xôi.
Dm C7 Bbm C F Bb Gm C
Nhạc vỡ trong lòng, nhạc ứa đầy vơi. Chiều hoang vắng vàng phai sắc lá rơi.
Dm7 C7 F F Dm
Anh viết tình Thu trong mắt em thôi. Thu về hôm nao cho làn tóc bay bay trong
Bb Gm Am Bb C C7
chiều. Em cất lời ca lên mang hồn anh tới cõi mê man. Chiều rơi lá
F Bb Gm C C7 F
chín nhớ thương em xanh hương lụa. Anh góp nhặt Thu, về viết nên bài thơ.

Tiếng Hát Com Tim

Nhạc và lời : Nguyên Bích

Chậm buồn
Am Am9 Caug/G♯
Mỗi lần hoàng hôn buông xuống, anh nhớ
Bdim Bm7(♭5) E Am Dm
em, anh nhớ em, anh nhớ em. Nỗi buồn nghe như rất sâu. Đợi chờ
F E7 F Dm E7 Am
em như đã trăm năm. Hồn anh rã rời, nỗi nhớ nhung cầy nát tim này.
A F♯m D A
Nhớ bờ tóc mềm che dấu vầng trán thơm.
D Bm G♯m7(♭5) E7
Nhớ đôi mắt buồn nhìn anh vu vơ đắm đuối còn bờ môi
A F♯m Bm E
đó có còn hay cười, nay có còn hay giận hờn,
Dm E E7 A
nhớ bờ ngực êm êm truyền qua anh tiếng hát con tim. Em
Am Am9 Caug/G♯ Bdim Bm7(♭5) E
này, ngày mai em sẽ nghe gió mây mang đến em cơn nhớ này. Hãy
Am Dm E7 Am
vì anh nhớ em thiết tha, em hãy đến cùng chia mong chờ.
Aug 30, 1999

Tình Em

Thơ : Thanh An
Nhạc : Nguyên Bích

Tình tứ
Am FM7 Dm C F
Anh xin em tình thương của một người mẹ, để những chiều vừa tắt nắng bên
5 E Bdim Esus2 E Bdim Bm7(♭5)
song. Đến bên em anh sẽ ngả vào lòng, chờ bàn tay và ánh mắt trìu
9 E Am FM7 Dm
mến. Anh xin em tình thương của một người chị, để những trưa
12 C F E Bdim Esus2 E
hè anh sẽ đến bên em. Bắt em ru và em hát những bài, mà anh
16 Bdim E7 A A F♯m
nhớ câu "người yêu dấu ơi". Anh xin em tình thương của một người
19 F♯m7/E E Dm Am/E
vợ, để trên đường đời, khi vấp phải thương đau. Đến bên
22 Bdim E E E7 E7 Am
nhau cùng chia sớt những điều, mà tình yêu em sẽ làm dịu những cơn đau.
Jun 1, 2000

Tình Hoa Tím Trên Nốt Nhạc Vàng

Thơ : Thái ThụyVi
Nhạc : Nguyên Bích

Slow, Melancholy
Dm C♯m7(♭5)
Khi buồn đến, dắt ta lang thang thì thầm thời
C7 B♭ A7
gian là lúc tình ta lỡ làng. Hoa mầu
Dm C♯m7(♭5) B♭ Dm
tím, tím cánh đồng hoang mơn man gót chân nàng, hãy trả lại ta, trả lại cho
F A7 Dm
ta cánh hoa tím tàn trên nốt nhạc vàng. Tâm hồn
Dm C B♭ A7
đó đốm lửa huy hoàng trong tay tuyết tan tình ta đã tàn. Khung trời
Dm C B♭ A7 Dm
tím mùa thu đã sang có nhớ gì không, gì không hỡi nốt nhạc vàng.
Sep 2000

Tình Học Trò

Nguyên Bích

Moderato
A F♯m D E C♯m
Nếu hôm nay là ngày ấy sẽ nói yêu cùng em,
A D E7 A
sẽ không còn khờ dại nữa sẽ không để hạnh phúc qua đi.
A F♯m D E C♯m A
Đến hôm nay ngồi nhớ tiếc hôm xưa lờ khờ, đã yêu mê bờ tóc
D E A A D E7
ấy lỡ quên cả nói yêu Anh thật ngu ngơ quá yêu chẳng biết nói
A F♯m D E7 A F♯m
yêu Em cũng như con mèo khờ cam chịu nỗi xa nhau Ta sống trong kỷ
D E C♯m D Bm E7
niệm, tiếng hát với cung đàn tim anh vẫn ngây ngất với từng lời hát
A A F♯m D E E7 A
em Đã bao năm mình xa nhau biết người ấy giờ ra sao
F♯m D E E7 A
có khi nào còn nhớ đến cái anh khờ xưa yêu em?
4/19/2020

mùi quý bồng
2019

Tình si

Tranh Mùi Quý Bồng

Tình Si

Thơ : Mùi Quý Bồng
Nhạc : Nguyên Bích
Viết hợp âm: Nguyễn Hữu Thông

Chậm, tha thiết
F FM7 B♭M7 D7
Chiều nay, anh biết không mưa rơi lạnh lùng. ở bên
4 Gm C7 F F7
anh, mưa có rơi hay nắng đang lên? Chắc
6 Dm Gm C C7
anh đang đắm say tình mới, đâu biết phương này em nhớ
9 F F FM7 B♭M7 D7
mong. Từ khi xa cách anh cô đơn từng ngày. Niềm tương
12 Gm C7 F F7 Dm
tư héo hon với nỗi cô liêu. Thế thôi, đừng ôm lòng tiếc
15 Gm C C7 D♭ F
nuối, thôi ước mơ gì đã xa xôi. Thà rằng mình
18 F F7 B♭ Gm C7
quên thôi nhớ thương. Vì lòng mình đã chót tơ

F Am D7 Gm
vương. Và niềm tương tư đã ôm hình bóng, mà kỷ niệm
C C7 F C7 F FM7
xưa qúa mặn nồng. Giờ đây, vẫn đắm say mê man miệt
B♭M7 D7 Gm C7 F F7
mài. Hoài trông mong cánh thư xanh sẽ đến với em. Vẫn
Dm Gm C C7
mong anh sẽ quay về bến. Hâm nóng ân tình, anh với
F F FM7 B♭M7 D7
em. Cầu mong anh hãy đem yêu thương ngày nào, gửi cho
Gm C7 F F7 Dm
em đang khát khao với nỗi tương tư. Giúp em còn chút gì bám
Gm C7 B♭ B♭m F
Rall...
víu, ôm mối hư mộng trong dối gian. (Chiều)

Tình Tiếc Nuối

Thơ : Nguyễn Minh Đức
Nhạc : Nguyên Bích

Lento Expressivo
Am F E
Nắng có vàng em mới biết yêu vội. Lá có
4 Dm Bm7(♭5) C E F E Am
vàng em mới biết tiếc thương. Ngày lại đến lòng ta ngẩn ngơ vội. Đêm vắng
8 Dm E7 Am F Dm Am
về thương tiếc lối mờ sương. Ngày đã đến để nhòa lên ánh mắt. Nhấp nhỗm thương
12 Dm F E F E7 Am E
ai lụa mỏng liêu trai. Em đi rồi vắng hình ai tim nắng úa. Nghe ngày
16 E E7 Am Am F E
đi lên lối chết vàng phai. Đã hết rồi lòng ai thương tiếc vội. Em đi
20 Dm Dm Am E E
rồi còn vin mãi tay ôm. Ngày qua đi nắng có tràn sân
23 E7 Am E7 Am
vắng Tình si rồi tình nức nở môi hôn.

Tình Vỡ

Nhạc Nguyên Bích
Thơ Hồng Trâm

Slow
Chiều hoang vắng tan nhanh bóng đêm về. Bước chân âm thầm quạnh hiu ê
chề. Tìm trong men đắng tàn phai nhan sắc. Giọt nước mắt buồn người hận tình say,
điên. Đời không như những giấc mơ em mộng chuyện tình yêu khép kín xóa đi trong vội
vàng. Như áng mây trôi thoáng cuối chân trời, vương vấn đêm dài cuộc tình gầy đó có gì làm em
say Cuộc tình anh trao hôm nay nhìn lại Tình duyên đôi lứa mê man quá tuyệt
vời Giận hờn u mê một lần lầm lỡ Bão tố phong ba cuộc tình chia
xa. Bâng khuâng mỗi đêm lòng chìm trong sầu mộng Bâng khuâng mỗi đêm thao thức với đau
thương. Bâng khuâng mỗi đêm nghe tình thêm tan tác Đã hết rồi thôi gác lại đam mê.

July 16, 2017

Tôi Sẽ Về Thăm

Thơ : Nguyễn Văn Cường
Nhạc : Nguyên Bích

Bolero
D Bm7(♭5) A
Tôi sẽ về thăm về thăm lại mái nhà
Em Em6 D D7 Bm F♯m
xưa ngọt ngào hương quê. Nơi đó có ánh trăng theo bước chân em
Em A C♯dim E7 A7
vào đưa đường anh tới thăm nhà em. Tôi
D Bm7(♭5) A Em Em6
sẽ về thăm về thăm lại lối vườn xưa dịu làn trăng
D D7 Bm A7 G
soi. Nơi ánh trăng mơ xuống theo lá vàng in hình lên

16 Em6/C♯ A7 D F♯m F♯m7
áo em treo đầu cành. Kéo trăng em đắp che bờ
19 Bm G A7 G D D7
ngực. Anh dấu niềm vui vào nụ hôn. Từ
22 Bm A7 Em A G A7
đó mỗi khi trăng lên mùa đi tìm hơi cũ, dấu trong
25 D A7 D Bm7(♭5) A
trăng. Tôi sẽ về thăm về thăm lại chốn ngày
28 Em A7 D D7 Bm A
xưa đựng đầy yêu thương. Vườn xưa trăng sáng đâu người
31 Em A F♯m A7 D
cũ sẽ về còn nối mảnh trăng thương.
Apr 11, 1998

Trong Góc Nhỏ Linh Hồn

Thơ : Trường Đinh
Nhạc : Nguyên Bích

Boston
D Bm7 F♯m
Chiều buồn giăng mi sương. Nỗi niềm vương bạt
5
G Em D Bm
gío. Em có nhớ quê hương cánh diều bay vấn
9
A G Bm D DM7 D7
vương. Từng ngón tay linh hồn từ cuối mùa lá
13
G A F♯m
gọi, em cơn nhớ sóng dồn tình mưa
16
A7 D D Nhanh hơn F♯m
ngâu hoàng hôn. Hoa thời gian trắng
20
D7/C Bm G A
tay áo em buồn tuổi dại kỷ niệm

25
A7/G A7 D
đời sánh vai tóc rơi đêm miệt mài.
30
D F♯m/C♯ D7/C Bm
Lời trong tim nhớ mong ru chính mình là
34
G A D F♯m
mộng ước. Mắt duyên em giòng sông môi ái
39
A7 D CODA D Chậm lại Bm7
ân hạt nồng. Tình ơi, trong thoáng mơ. Nụ cười
43
F♯m Bm7 Gm Em7(♭5) A7 D
xưa Vỹ Dạ. Anh nỗi nhớ ngàn thơ,
48
Em7 Em7(♭5) A7 D
anh, em, mặt trời.

Sep 4, 2002

Trong Lũy Tre Quê Hương Tôi

Thơ : Nguyễn Văn Cường
Nhạc : Nguyên Bích

Slow
D D7 Bm A F♯m
Trong lũy tre làng có hơi thở của người làng tôi Trong lũy tre
6 Em G D Bm D/A
xanh có hơi thở của lửa than hồng của ngày xay lúa của đêm giã
12 Em A7 Em/G A Em A7
gạo của nàng quay tơ của chàng đan lát trẻ em ca hát nô đùa
17 D D7 Bm A F♯m Em
Trong lũy tre làng có hơi thở của đèn dầu thơm Trong lũy tre xanh có hơi

23
G D Bm Em
thở của nụ hoa xinh của chuyện ông kể ê ế của lời bà
28
A A7 Em/G
ru của buồng cau xanh của trầu nên
31
C♯dim A7 D
duyên của ớ ơ tình người hôm sớm có nhau
33
Bm G Gm D F♯m Bm
Trong lũy tre xanh Trong lũy tre là quê hương yêu dấu quê hương yêu
36
C♯dim G Gm A7 D
dấu thiêng liêng muôn đời muôn đời muôn ớ ơ đời.
Nov 7, 2000

Từ Thơ Ấu Ngậm Ngùi

Thơ : Du Tử Lê
Nhạc : Nguyên Bích

Slow
Dm Gm A7
Người lìa, xa dòng sông biệt, ly tôi cánh
Dm Gm A A7 F Dm
rừng. Tình yêu như vết phỏng trong mắt chim mùa đông. Người, lìa xa dòng
Gm B♭ A C F A7
sông biệt, ly tôi cánh rừng em vòng phấn băn khoăn, nửa nào? ta địa
D D A D Bm
ngục. Đôi chiếc lá thanh xuân tợ dăm lời nói dối cành tôn nữ rưng

12 G Gm D F#m Em G
rưng âm âm vườn sám hối. Sớm nay con chìa vôi hỏi tôi đôi mắt
15 Em Em A D Dm
ấy có mang theo niềm vui từ thơ ấu ngậm ngùi. Người lìa, xa dòng
18 Gm Gm7 A Gm A A7
sông biệt, ly tôi cánh rừng tình tấy, mưng da non trên nhành môi tôn
21 Dm Dm Gm B♭ A C
nữ người lìa, xa dòng sông biệt, ly tôi cánh rừng những hạt máu khôn
24 F A7 D CODA D F#m
nguôi buộc, đòi em sống lại. Người xa dòng sông, vì tình
27 G Em A A7 D
Rall......
tôi, vì tôi, cuối cùng; xin bước tới.
Jan 20, 2002

Từ Thuở Xa Em

Yêu em sỏi đá vẫn đợi chờ
Vẫn ngồi mài mực thủa dông sơ
Sóng nước ân cần lau sậy cũ
Bèo hợp trăng xưa mộng chẳng ngờ

Pham Oanh

Thơ : Phạm Oanh
Nhạc : Nguyên Bích

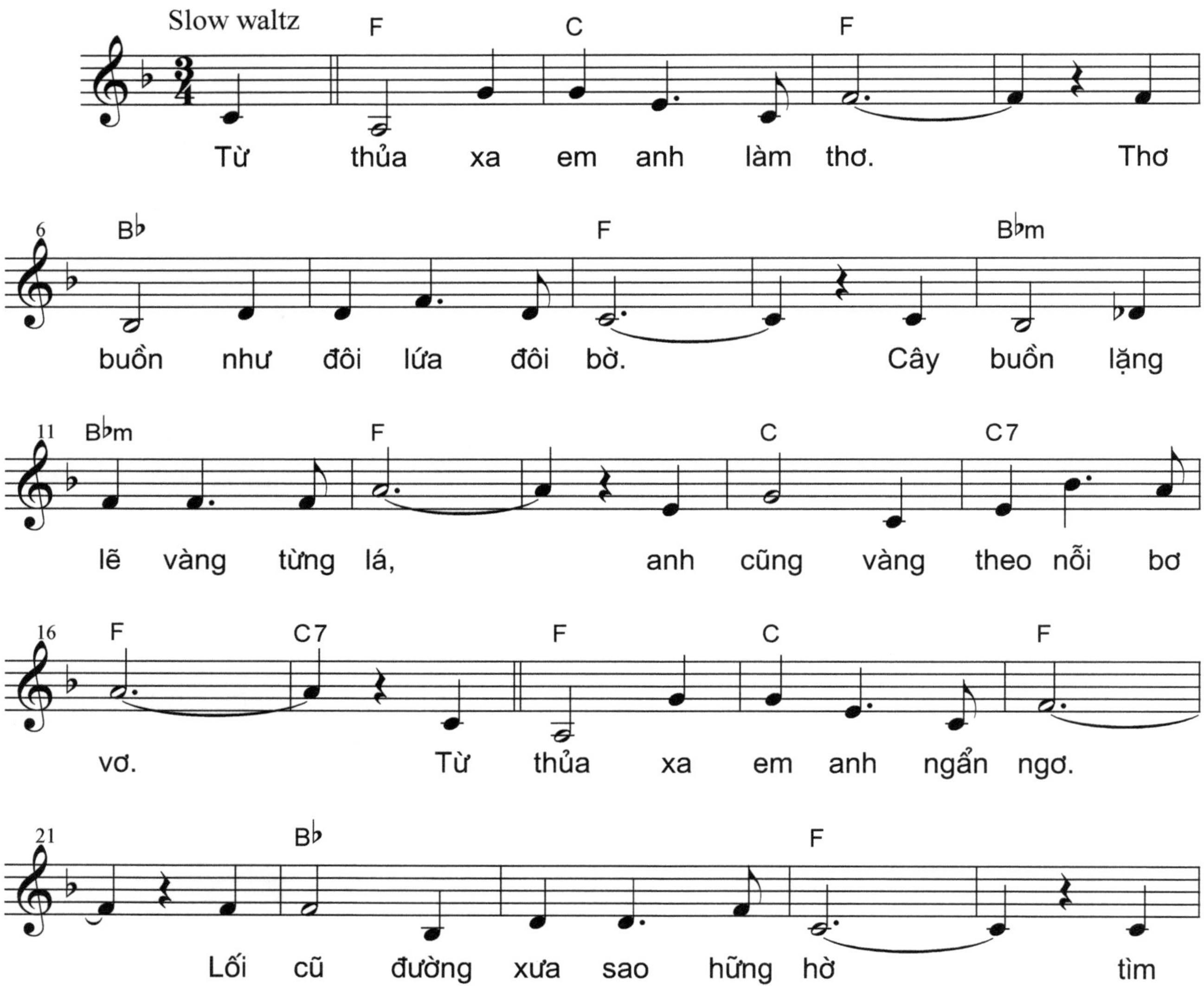
Slow waltz
F C F
Từ thủa xa em anh làm thơ. Thơ
6 B♭ F B♭m
buồn như đôi lứa đôi bờ. Cây buồn lặng
11 B♭m F C C7
lẽ vàng từng lá, anh cũng vàng theo nỗi bơ
16 F C7 F C F
vơ. Từ thủa xa em anh ngẩn ngơ.
21 B♭ F
Lối cũ đường xưa sao hững hờ tìm

26 B♭m B♭m F C
lại dáng người yêu đâu thấy, hoa lá buồn
31 C7 F B♭ Gm
theo cũng xác xơ. Từ thủa xa em anh làm
36 F C C7 F
thơ xưng tụng tình yêu đẹp vô bờ
41 Dm B♭ Am
bút mực tô hồng tình mơ mộng rồi
46 C C7 F
bỗng xuôi cùng với ngóng chờ. Em trách
50 B♭ B♭m F B♭
anh sao chẳng làm thơ cho tình mãi
55 B♭m F B♭ Gm
đẹp tựa trăng mờ cho đời ân ái chờ trăng
60 Am C C7 F
khuyết, lờ lững dòng đời mãi bơ vơ.

Tuổi Năm Mươi

ý thơ : J. Ngọc
Nhạc : Nguyên Bích

Boston
Dm Gm
Tuổi năm mươi, chắc đâu còn nắng ấm. Nhìn lanh
C F B♭ B♭6 A
quanh chắc chỉ thấy mây che. Nhìn trăng khuya, trăng úa lòng cô lạnh. Mùa thu cuộc
A7 F Dm Gm
đời, ôi sao thấy chán chường! Tuổi năm mươi, lá úa vàng phủ lối. Hạt mưa
C C7 F B♭ A A7
bay che khuất ánh dương soi. Buồn trông theo sợi tóc nào vương rụng. Nhìn thóang đâu
A7 Dm C F
đây, góc cuối của cuộc đời. Nào ngờ ta đã vào cõi năm mươi. Ngỡ

20 B♭ A Em7(♭5)
ngàng như mới choàng giấc chiêm bao. Chợt tan biến khi em vẫn bên đời
23 B♭ A Gm A7
Rall...
anh, khi em vẫn trao tình ân sâu, như khi mới quen nhau.
27 Dm Gm C C7
Tuổi năm mươi, ơ, vẫn còn nắng ấm. còn y nguyên mây trắng ánh dương
31 F B♭ A A7
soi. Tuổi năm mươi có em trong cuộc đời, nghe lòng mình như mới chỉ hai
35 Dm B♭ Gm C C6
mươi. Bên kia đồi, đời người bóng xế, bên kia đồi, đời hoang vắng buồn
39 F Dm B♭ A7 Dm
tênh. Bên kia đồi, nay anh có em, đời anh đã vui, đời anh đã vui.

Tuyết Rơi Vào Nỗi Nhớ

Thơ Cao Nguyên
Nhạc Nguyên Bích

Boston
C Em F C G
Có phải vì tuyết tan đá xôn xao rộn rã hay vì bước chân
7 F G Em C Am F Dm
em rộn ràng nên nỗi nhớ. Có phải vì nắng ấm nên chim bay miệt mài hay
14 G G7 G7 C C
tại vì tóc em bay mà thời gian ngừng trôi. Tuyết từng mảnh rơi
19 Am F G G Dm
rơi cõi lòng này chơi vơi khi đã yêu em rồi Tuyết đang mải mê rơi trắng xóa cả hồn
24 C G G7 C Am F Fm
tôi, thêm một lần lạc lối. Tuyết vẫn còn rơi rơi tuyết hôn đỏ đôi môi nơi em có tuyết
29 G Em F G G7 C
rơi? tuyết rơi mãi không thôi mịt mù lắm tuyết ơi, em còn nhớ đến tôi
34 C CODA G Am Rall... G7 C
Tôi, bông tuyết rơi rơi chơi vơi chốn xa xôi em đâu rồi em ơi?
Mar 18, 2018

Phố mùa đông
Tranh Đinh Cường

Ước Ao

Thơ : Thanh An
Nhạc : Nguyên Bích

Tha thiết
D A D
Này em, nếu em là vừng trăng thanh thì
Bm A F♯m G Bm A
anh ước ao là làn mây trắng. Làn mây bay đến bên em, dang
F♯m G A C♯dim G A7
tay che khắp cả đêm ngày, để anh, mình anh thôi nhé, ngắm nhìn em thôi. Này
D A D Bm A F♯m
em, nếu em là dòng suối trong thì anh ước ao là một cành rong. Cành

14 G A F♯m G Em A7
rong sống bên em trên sóng nước bập bềnh để mãi mãi ta đừng xa nhau em
17 D D7 G A A7/G D
ơi. Này em yêu hỡi, nếu em đã là loài hoa đã riêng ai, thì anh anh
20 G A A7/G D G
sẽ sót sa xin làm một chiếc lá rơi. Một chiếc lá bơ vơ,
23 Em D Bm Bsus4 Em A7 D A7
một chiếc lá đơn côi bay loanh quanh bên đời em trong buồn thiu. Này
26 D A D Bm A
em, hãy như là một cành lan. Chờ anh đón em về trìu mến nâng
29 F♯m G A A7/G D
niu. Đời anh khi vắng em sẽ như là chiếc lá kia. Này
32 Bm A G A7 D
em, em yêu hỡi hãy trả lời niềm ao ước của anh.
Aug 15, 1999

Ước Vọng

Thơ : Mùi Quý Bồng
Nhạc : Nguyên Bích

Chậm, tha thiết
F Gm B♭ Am7 Edim
Xin gía lâm đây hồn em mở rộng. Xin đón
6 C7 B♭ F Dm Gm
chào vị thánh chúa của lòng em. Trên con đường đời khi
11 B♭ Am Em7(♭5) A7 F9
nào anh thấm mệt, tim em đây, xin anh ngự gía á
16 C7 F Gm C7 Am
a. Em muốn anh làm người tù muôn thủa
21 Edim C7 C7/B♭ F B♭ Gm
trong tim em như dòng máu luân lưu, như ngôi sao sáng em
27 Am Dm Gm C7 F
giam trong vùng trời nhỏ, ánh sáng lưu ly em giữ lấy riêng em.
32 C7 F Gm C7
Một mai em chết điều ước em xin là tên em sẽ được khắc trên
36 F7 B♭ Am7 C C7 F
bia mộ hoa bia đá hằn khắc với thời gian mộ bia là trái tim của anh cơ, cơ.
Aug 1996

Summer garden
Tranh Nguyễn Hữu Phước

Vẫn Là Anh, Vẫn Là Em

ý thơ : Mỹ Ngọc
Nhạc : Nguyên Bích

Boston
F Gm
Vẫn là anh trong tận cùng ký ức. Vẫn là
4 C F Am B♭
em ngồi đếm tháng ngày qua. Nỗi nhớ nào xoáy
8 Dm/A C E° Gm
buốt hồn dẫu biết tình khoảng khắc sẽ chia xa.
12 C7 F Gm C
Vẫn là anh tay đan tay dạo phố. Vẫn là em tà áo trắng thanh
16 F Am B♭ Dm/A
xuân. Giờ bên nhau, ôi mai sau có còn thời gian qua, ai
20 C7 F F Am B♭
ơi có thay lòng? Vẫn là anh là người gặp trong

25 F Gm E° B♭/D F
mộng. Vẫn là em quấn quít khi hẹn hò
30 Gm Am Dm
giấc mộng qua chợt thấy mình lẻ bóng,
34 C B♭ C7 3
làm sao em, làm sao em giữ mãi được giấc mơ
38 F F 3 Gm
yêu. Vẫn là anh xa ngoài tầm tay với. Vẫn là
42 C7 3 F Am Dm
em chờ mãi suốt cuộc đời dù đã biết yêu đương sẽ
46 B♭ F Gm C7
buồn mà đã lỡ lỡ yêu thôi cũng đành, anh
50 F CODA Gm Am
ơi. Vẫn là anh. Vẫn là em, Vẫn là
54 C7 C7 F
đôi ta vẫn là tình tình anh với em.
Nov 18, 2006

Xin Rửa Tội Tôi

Thơ : Du Tử Lê
Nhạc : Nguyên Bích

Moderato

A D F♯m
Ta, bia mộ lãng quên. Níu
6 A E E7 3
gì thời đã mất. Mở tung ta gió ngất lưng
11 F♯m D Bm Bm7 E7
trời cho cháy rực nỗi đìu hiu.
16 A Bm E
Ta đi trên đường gai dù
22 A F♯m Bm
Chúa không hề trải. Cảnh đời thôi cũng xế
27 G♯o E7 A
tàn nào ai không trở về.

32 C♯m D
Ta ngồi mòn ghế cũ nghe
37 F♯m A C♯m
mưa trên từng ngọn cây muộn phiền
42 Bm E7 3
còn bủa vây quanh sau lưng ta lá a à
47 A A 3 C♯m 3 F♯m
bầy. Xin rửa tội tôi xin rửa tội tôi bằng
52 D E7 A
lửa cho kẻ chết là ta.
57 3 C♯m 3 F♯m D
Đến một ngày mai, đến một ngày mai sống lại
61 E E7 A
trong tay người mãi xa.

Yêu Anh Mãi Mãi

Nguyên Bích

Slow
Chiều nay nếu trời mưa em sẽ đón anh bằng ô bằng
dù, một chiếc dù che đủ đôi ta thôi để anh đi đi sát vào em. Chiều
nay trời sang thu trời sẽ không mây nhưng gió lạnh mơ hồ, em sẽ đón
anh bằng một vòng tay ấm và với môi hồng nồng nàn luyến thương. Chiều
nay trời nắng gắt có tiếng ve kêu kêu khắp một góc trời em sẽ đón
anh bằng nụ cười tươi và ánh mắt làm mát lòng anh Chiều
nay trời buốt giá em chờ anh buồn lạnh làm
sao sao anh không đến hạnh phúc ơi thôi còn đâu từ đây

Yêu Em

Nguyên Bích

Tango
G
Chiều buồn thời gian làm như chìm lắng mơ màng.
Rồi ngày đi qua và đêm lại nhớ nhung người.
3
Bm Em C C
Mặc tình miên man vừa thương vừa nhớ ngỡ ngàng Tình buồn ôm bao thắm
Ngày dài bâng khuâng lòng đơn lạnh lẽo thêm nhiều. Lòng buồn thơ đâm biếng
6
Am G Bm A A7 D7
thiết, tình nồng dang tay đón tiếp, tiếc thương kỷ niệm heo may
viết tình sầu nên không dám đến, rất yêu mà lòng khôn ngoai.
9
G G Bm
Ngày dài đăm chiêu từ bao ngày tháng u hoài. Kỷ niệm ngày xưa nào thương nào
Ngại lời thơ chưa mê say và thắm như tình. Ngại từng trang thơ chưa hay và
12
Em C C Am G
nhớ vơi đầy Gợi niềm thương yêu thắm thiết, đẹp tình bao nhiêu quyến
thiết tha bằng thì làm sao em thấu biết, để lòng em rồi cũng
15
Bm A D7 G C Cm G
luyến có em vẹn toàn yêu thương Anh vẫn tin rằng, em sẽ một ngày thôi hết hững hờ
biết thốt lên một lời yêu anh.
21
Em Bsus4 D7 C
Tình yêu nồng cháy thiết tha diễm tình, chỉ dành dâng em. Sao mãi vô tình như chẳng quan
27
Cm G Em C D7 G
hoài ôi giấc mơ dài. Làm sao để em thấu cho lòng này một đời yêu em.

Nhạc Hát Với Các Bạn

YKSG 6370

Chào Mừng Hội Ngộ

Nguyên Bích

Moderato
D F#m
Chào mừng anh chào mừng chị
Chào giờ cua, chào bệnh viện,
Chào ngày xưa chào hiện tại
Chào bạn tôi, chào kỷ niệm
5
Bm D A
Chào mừng anh em khắp nơi về đây. Chào tình
chào giờ T P với phiên trực đêm. Chào trường
chào mừng anh em vẫn thương và yêu. Chào đồng
về gặp nhau đây xiết bao mừng vui, cầm bàn
10
Em A A7
thân, chào tình bạn Hội Ngộ hôm nay xiết
xưa, chào phòng mổ, chào nàng Từ Dũ dễ
môn chào đồng đội chào tình thân ái dẫu
tay, mừng mừng hỏi mày mày tao tao ấm
15
D A7 D
bao vui mừng.
vô khó về.
xưa vẫn bền
êm trong lòng.

Buổi Hội Ngộ Con Con

Nguyên Bích

Nhanh vui
C Am F G
Hôm nay gặp lại bạn xưa, đà bao ngày xa cách, thật mừng. Hôm
4 Dm G F G
nao ngày ra trường chọn chỗ rồi mỗi đứa một phương, còn mang theo kỷ niệm. Hân
6 C Am F Fm C
hoan, nhìn quanh giờ chỉ thấy từng khuôn mặt nhăn nheo và mái tóc bạc phơ. Bâng
8 Am Cm G7 F C
khuâng kể tên người đã mất rồi ôn lại chuyện xưa, cười vang.
11 C Em Am C Dm Bdim
Hê, bạn tôi, Bá Lưu, Vi, Uẩn, Hiệp Phố. Hê, Hải hôi, Hiếu
14 G C C Am
Cương, Lương, Bảo, Lộc, Khiêm. Hê, bạn tôi, Vi
16 Dm F Dm Bdim
Tiến, Nhân, Nhi, Danh lùn. Hê, Hiền Công, Thuận,
18 G7 C
Hùng, Cẩn, Tâm xe đò.

Bạn Tôi

Nguyên Bích

Moderato
G F♯m7(♭5) Em C
Bạn tôi những khuôn mặt thân quí ngày xưa. Ngày
Bạn tôi có tên gọi đôi lúc kỳ khôi. Bạn
D C G
nay, khắp nơi về gặp nhau một lần. Bạn
tôi hỗn danh làm ai nấy tức cười. Bạn
D Em Bm Am
tôi Tuấn Khoan / Trần Đình Đôn, Thái Thanh / Phạm Văn
tôi Báy cao, Lộc lù, Trọng móm, Đức cuồngdâm, Bằng xào, Hải
D D7 G
Điến Xuân Trường, Dù Sĩ, Quý Bồng. Bạn
hôi, Bông dù, và bác Long kèn. Còn
G F♯m7(♭5) Em C
tôi, những khuôn mặt phái nữ ngày xưa lạ
thêm những tên gọi thân ái thành danh. Thạch
D C G
sao, vẫn xinh đẹp như mới ra trường. Hồng
Sanh, Hiếu Tây tự Paul Húc, Phong Tình còn

14
D Em Bm Am
3 3
Thư, Fauscher Laure chị Ngọc Bích, Quế ViSơn chị Ngọc
thêm Tín Cha Thời Trâu nước, Dũng đui Lộc ống
16
D D7 G
3 3
Dung Kim - Hằng, Đức với Ni cole. Chào mừng anh
cống, Lương lờ quờ nhớ mãi không thôi.
18
G Em C Am D C
3
em đã về đây họp mặt, chào mừng anh em đã về đây hội
21
G D Bm C Am
3 3
ngộ. Cuộc đời có bao lăm, ngày nào mới thanh xuân, gặp nhau
24
C D7 G
đây biết khi nào lại gặp nhau.

Aug 12, 2007

CD nhạc Nguyên Bích do các Trung Tâm nhạc phát hành

Sao vội
nhạt phai

Hiến chương yêu
tình ca nguyên bích

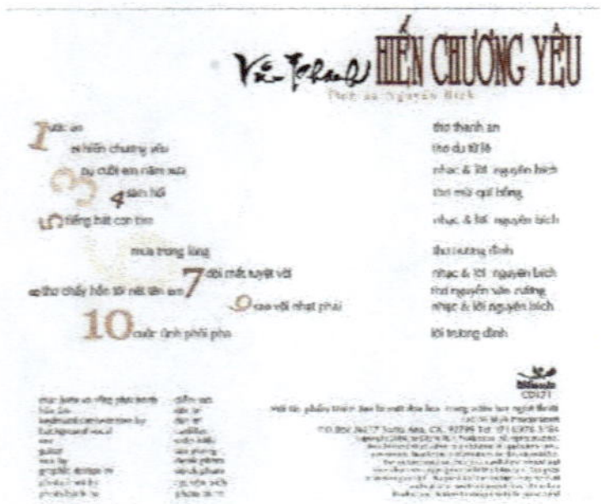
HIẾN CHƯƠNG YÊU

đom
mê

đom
mê

Quang Tuấn
Bích Vân
DÒNG SÔNG

DÒNG
SÔNG

CD nhạc Nguyên Bích do các Trung Tâm nhạc phát hành

MAI NGỌC KHÁNH
một chút quà cho Quê Hương

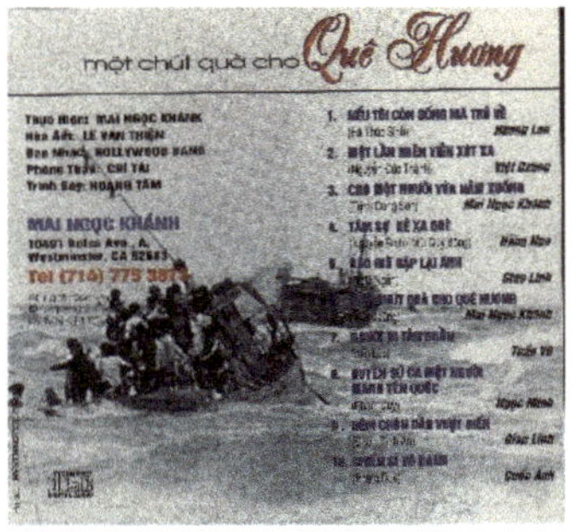
một chút quà cho Quê Hương
MAI NGỌC KHÁNH

trọn ngày
nhớ em

trọn ngày nhớ em

11
KHÚC CỦA LÊ

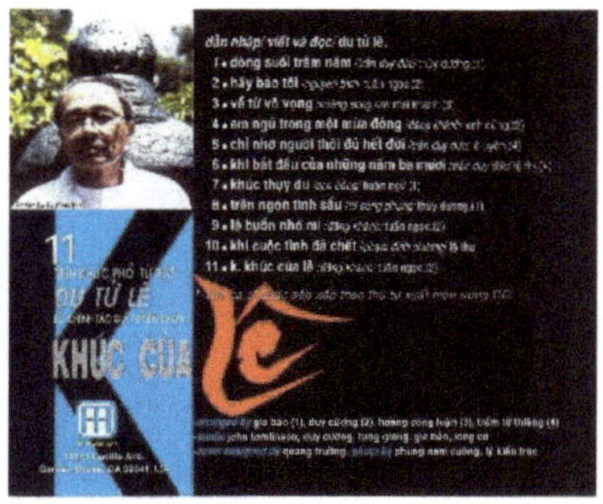
11
DU TỬ LÊ
KHÚC CỦA

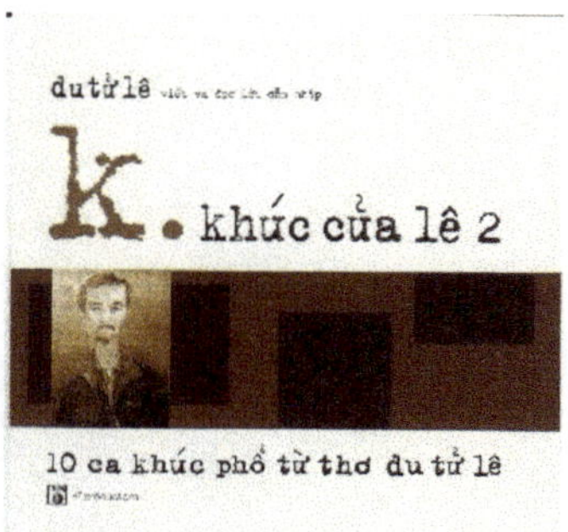
du tử lê
k. khúc của lê 2
10 ca khúc phổ từ thơ du tử lê

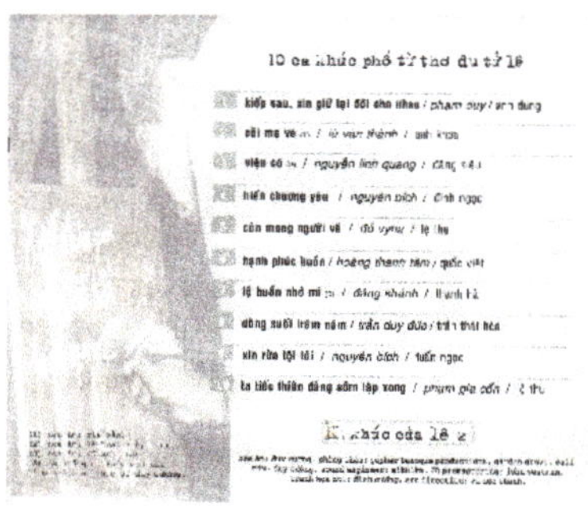
10 ca khúc phổ từ thơ du tử lê
k. khúc của lê 2

CD nhạc Nguyên Bích do các Trung Tâm nhạc phát hành

Giữ đời

thơ

TUẤN NGỌC - THE BEST SELECTION 3

THE BEST SELECTION 3

Vũ Khanh
MUÔN ĐỜI YÊU CHỈ NGƯỜI THÔI

VŨ KHANH
MUÔN ĐỜI YÊU CHỈ NGƯỜI THÔI

BICH

Nguyên Bích tên thật là Nguyễn Văn Bích sinh năm 1944 tại Hà Nội, di cư vào nam năm 1954, sống và lớn lên tại Saigon. Học trung học tại các trường Nguyễn Bá Tòng, Hàn Thuyên, Phan Sào Nam và Chu Văn An. Tốt nghiệp YKĐH Saigon khóa 1963-1970, cũng là cựu Sinh Viên Quân Y tốt nghiệp khóa HD17. Ra trường phục vụ tại SĐ9BB, năm 1975 là Tiểu đoàn phó TĐ9QY. Sau tháng 4/1975 bị đi tù cải tạo, đến 1977 thì được tạm tha, được chỉ định làm BS phòng cấp cứu kiêm BS gây mê BV An Nhơn Tây Củ Chi. Tháng 5/1979 cùng với vợ vượt biên sang được Mã Lai, ở trại tỵ nạn Pulau Tengah, được định cư tại Mỹ tháng 9/1980 tại Houston. Vợ đi làm, chồng đi học, làm residency tại UTMB Galveston , bắt đầu hành nghề lại làm BS gia đình tại Houston từ tháng 7/1988 cho tới nay. Dự định về hưu năm 2023.

Nguyên Bích yêu âm nhạc, là ca viên ca đoàn nhà thờ Công Giáo, hát bè Bass và chơi guitar, piano trong các ca đoàn này. Học căn bản nhạc lý tại trường Nguyễn Bá Tòng, học xướng âm với ông cậu ruột là nhạc sĩ Hùng Lân, học guitar, piano, hòa âm với các ca trưởng, các bạn và từ sách vở. Nguyên Bích bắt đầu sáng tác nhạc khoảng năm 1996 cho đến nay có được khoảng 100 bài nhạc. Nguyên Bích có 47 bài nhạc được thâu CD với các tiếng hát Tuấn Ngọc, Vũ Khanh, Quang Tuấn, Trần Thu Hà, Bích Vân, Thanh Hà, Thái Hiền, Đinh Ngọc, La Sương Sương, Ngọc Huệ, Hằng Nga do các trung tâm băng nhạc Diễm Xưa, Mai Ngọc Khánh, Việt Star Productions, HT productions, Nhạc Việt Collections sản xuất và phát hành. Nguyên Bích có website riêng, xin vào www.nguyen-bich.com để xem và nghe những bài nhạc mới nhất của Nguyên Bích. Địa chỉ liên lạc với Nguyên Bích Bichbinh@gmail.com

www.ingramcontent.com/pod-product-compliance
Lightning Source LLC
LaVergne TN
LVHW070905051026
849558LV00012B/340